Tình Nước - Tập 8, 9, 10
Bảo Giang

Bìa: Uyên Nguyên Trần Triết
Dàn trang: Bảo Thạch
Nhà xuất bản Nhân Ảnh 2026
ISBN: 979-8-3302-8186-2

TÌNH NƯỚC
Ca Khúc Thanh Bình

BẢO GIANG

TÌNH NƯỚC

The Nation's Poetry 8, 9, 10

Ca Khúc Thanh Bình

Nhân Ảnh 2026

BẢO GIANG

TÌNH NƯỚC

The Nation's Poetry 8

Tập 8

Đường Chúng Ta Đi

Sydney 2025

Như cánh chim xa trời đất mẹ
Ta đan tay về với quê hương,
Đường ta đi máu hòa sông núi.
Bước ta về giữ vững giang sơn.

BG.

THAY LỜI GIỚI THIỆU

Đây không hẳn là một lời giới thiệu cho một tác phẩm văn học. Khi đọc tập thơ Tình Nước, Bảo Giang đưa tôi về một quá khứ của lịch sử đã được truyền tụng ai cũng nghe biết.

Bảo Giang *thiên tử xuất*
Bất chiến tự nhiên thành.

Người ta bảo đó là một câu sấm của Trạng Trình Nguyễn Bỉnh Khiêm, một nhân vật văn học lịch sử thời Lê - Mạc. Tôi không hề tin và cũng không muốn mất thì giờ về những cái gọi là sấm ký, tiên đoán các biến cố lịch sử. Tôi chỉ tìm hiểu vai trò của một trí thức như Nguyễn Bỉnh Khiêm sống trong giai đoạn lịch sử trong lúc tranh chấp ngai vàng cuối Hậu Lê ra sao thôi. Rõ ràng ở đó, Lịch sử ghi nhận nỗi khổ tâm của người trí thức. Cái khổ tâm của sự phải quyết định thái độ;

Sông Thương nước chảy đôi giòng,
Đèn khêu hai ngọn anh trông ngọn nào?

Từ lúc người chiến sĩ cần vương "*Rút gươm mà múa, nghiêng bầu mà hỏi: Trời đất mang mang ai người tri kỷ. Lại đây cùng ta cạn một hồ trường. Hồ trường! hồ trường! ta biết rót về đâu?"*

Chuyện là thế, rồi ra làm quan trong chế độ Bảo Hộ, thì những người gọi là tri kỷ của ông cũng lần lượt sống cuộc đời "đèn khêu hai ngọn".

Tình cảnh của Bảo Giang lúc này cũng chẳng khác gì Cụ Sào Nam khi ở bên Nhật vào những năm đầu thế kỷ 20.

Tựa lầu Nam để ngóng phương trời,
Tâm tự tơ vương ruột rối bời.
Lác đác đêm trường mưa điểm giọt,
Là đà bóng nhạn tít ra khơi.
Đốt sầu nhưng kiếm không ra lửa,
Rước giận ai xui gió thổi hoài.
Ngó bóng gẫm mình cười lẫn khóc,
Đồng bào như thế dạ sao nguôi.

(Phan Sào Nam tự dịch)

Đồng bào của cụ Phan ở những năm (1910) sống dưới chế độ Bảo Hộ của Pháp, mà nhiều trí thức ở Hà Nội ngày nay đã ngao ngán ước mong "*Bao giờ cho đến ngày xưa?*". Cái ngày xưa ấy là thời kỳ nô lệ Thực dân Pháp mà những nhà Cách mạng như Phan Bội Châu cố gắng đánh đổ.

Nay, thời cuộc thì đã thay đổi, tâm sự vẫn như xưa. Tôi không dám so sánh thân phận của tác giả "Đường chúng ta đi" với những vần thơ có sức mạnh vực dậy khí phách của người Việt trước âm mưu ru ngủ của Đô Hộ Pháp khi xưa.

Gió tanh sống mũi khó ưa!
Gươm dao cắp nách mà ngơ cho đành!
Hoàng mâu uất chất quanh đầy ruột,
Anh em ôi! Xin tuốt gươm ra,
Có người, có đất, có ta
Đồng tâm thế ấy mới là đồng tâm

(Lê Đại dịch "Hải ngoại huyết thư" của Phan Sào Nam)

Tuy thế, chuyện hôm nay khéo vẫn là ước mong xưa:

Kìa gió bụi âm vang mất nước,
Đây máu xương chảy dưới gươm đao.
Bao người đi bước vào lửa cháy,
Mong một ngày được thấy nắng lên.
Nay gặp loạn chim đàn vỡ tổ,
Gió mưa về, nước đổ muôn phương.
Còn lại chăng, tấm lòng vì nước,
Ai sẽ mài gươm dưới nắng vàng? (Tình Nước 8)

Vì hai người sống cách nhau đã một thế kỷ, khác nhau về tuổi tác, thân phận, học vị, văn hoá. Nhưng cái tâm, cái chí hướng lại rất giống nhau. Sống ở nước Úc mấy chục năm, mà lòng ưu ái với nước Việt, nay vẫn đang trong chế độ toàn trị Cộng Sản, khác hẳn với chế độ Tự do của Việt Nam Cộng Hoà phồn vinh và nhân bản hôm xưa. Ai không ngao ngán nhìn về cảnh xưa.

Nhập thế trần, lời thề sinh tử,
Đất phương nam, sách sử chẳng mờ.
Mở nước tiền nhân bờ vai nặng,
Giữ nhà hậu thế tận lòng son.

Hồn vì nước, máu hòa sông núi.

Xác gởi quê hương, phủ bóng cờ. (Chiến sỹ Vô Danh TN7)

Thi sĩ vì nước Bảo Giang, gọi thế đúng hay sai? Chỉ biết, ông đã nói thay cho tâm sự của rất rất nhiều người Việt Nam tỵ nạn Cộng Sản nơi hải ngoại, là những người vẫn luôn mong ước một ngày trở về quang phục lại quê hương Việt Nam.

Giang sơn còn ngàn sau hoa nở,
Đón xuân về rạng rỡ én bay.
Trước thềm tay lại nắm tay,
Chung ly mở hội yến say xum vầy.

Sống ở hải ngoại, cuộc sống vật chất ai cũng thoải mái, không nói là giàu sang. Nhưng, những chuyến về du lịch gọi là "thăm" quê hương, càng ngày càng thấy quê hương trong chế độ toàn trị CS càng như xa dần cả vật chất lẫn tinh thần. Nếu không có những bài học văn hoá nuôi dưỡng tâm hồn Việt Nam của những người dân Việt xa xứ, thì không hiểu tương lai Văn Hoá Việt sẽ đi về đâu? Cách riêng, nơi đây Bảo Giang đã vẽ thành một con đường:

Và đây là: Lá cờ tổ quốc,
Là ánh đuốc giữ lấy lẽ trời.
Là ánh sáng mở đường công lý
Là tiếng nói của chính chúng ta.
Nay lịch sử truyền cho con cháu,
Ánh cờ Vàng như nắng quê hương. ..

(Tình Mẹ. TN8)

Thương cho người xưa, Phạm Thái, đã phải ứa nước mắt khi viết câu: "*Gánh quân thân ai đã mỏi vai rồi, người quốc sĩ làm thinh đi chẳng dứt*". Nhưng nay, với Bảo Giang lại là lời mời gọi, hãy *đứng* dậy vì tương lai của non sông:

Nào đứng lên hỡi người vì nước,
Tất cả chúng ta một con đường.
Hồ tan, cộng nát, Ta đứng dậy,
Việt Nam đây dựng lại ngày mai.

Lê Văn Ngọc
Sydney 1-2016

Lên đường

Huế Sài Gòn Hà Nội,
anh em ơi hãy đứng dậy đi.
Huế, Sài Gòn Hà Nội,
trong đau thương sao vẫn ngủ mê?
Việt Nam ơi,
từ bao năm lũ tham tàn lừa phỉnh dân ta.
Dậy đi anh, dậy đi em,
hỡi anh hùng, tài trai nước Việt.

Hãy dấn bước phá tan cùm gông.
Buổi ta đi, tiến lên đường theo bước tiền nhân:
Diệt Nguyên, đánh Hán, cùng chung chí hướng,
Nối tiếng hát reo vang Tự Do.
Ngàn lao khổ vẫn luôn vui cười.
Rồi non nước chung ngày vui Độc Lập,
Cho muôn người cười đùa, trẻ hát vang vang.

Ngày mai đổi mới,
lòng ta phơi phới,
Những bước chân làm nên Lạc Hồng.
Đường ta đi tới, ngày vui sẽ tới,
Anh em ta vì nước nên liều thân.
Nắm tay nhau đi, đoàn kết một lòng,
Quyết lên đường diệt thù,
Ta cùng nhau dựng mái nhà xinh.

2.
Huế Sài Gòn Hà Nội,
anh em ơi hãy đứng dậy đi.
Huế Sài Gòn Hà Nội,
Ai thương ta hỡi dân Việt Nam.
Hoàng Sa ơi, Trường Sơn ơi, (Hà Nội ơi, Sài Gòn ơi,)
suốt đêm dài ngồi nhớ thương nhau.
Gọi tên anh, gọi tên em,
hỡi muôn người là dân nước Việt.
Hãy tiến bước nối kết vòng tay,
Để mai đây, ta lên đường phá nát cùm gông.

Từ nam ra bắc,
cùng chung nhịp bước,
những bước lớn reo vui Tự Do.
Ngày vui tới sẽ không vương sầu.
Người thêm bước chân,
người tay ngọn cờ,
Đưa ta về ruộng đồng nhìn lúa xanh tươi.
Người già em bé,
cùng chung tiếng hát,
những tiếng hát làm nên phận người.

Từ trong đêm tối,
bình minh sẽ tới,
Cho dân ta cuộc sống trong bình yên.
Bắc Trung Nam ơi bỏ hết hận thù.
Bước trên đường Hoà Bình,
Ta chung tay dựng mái nhà xinh.

5-01-2000
Bảo Giang

Đường chúng ta đi (1)

Như cánh chim xa trời đất mẹ,
Dẫu ngàn trùng vẫn nhớ cố hương.

Như người lính trong thời chinh chiến,
Ta một đời đi giữa giang sơn.
Sống với tình người trong Tình Nước,
Với bốn mùa mưa nắng phân minh.

Kìa muôn người đua tranh góp sức,
Đây một dòng máu Việt anh linh.
Đã ngàn năm chảy trên đất mẹ,
Tạc cho đời một nét kiên trung.

Đường phương bắc đạp tung giặc ngoại,
Đất hướng nam trọn đạo vì dân.
Đường ta đi máu hòa sông núi.
Bước ta về giữ vững giang san.

*

* *

Nhớ khi xưa tiền nhân ký thác,
Người gởi lại mảnh đất quê hương.
Dặn cháu con một lòng vì nước,
Hãy chen vai kết bước lên đường.

Dẫu là bắc, chính dòng máu Việt,
Có là Nam, cũng thịt xương ta.
Không bao giờ phân ra ngăn cách,
Hãy một lòng sát cánh chen vai.

Anh bên em chung dòng sữa mẹ,
Ta đan tay bảo vệ quê hương.
Trọn một đời bước cùng sông núi,
Cho ngày mai nắng mới vươn lên.

*

*   *

Kìa bắc phương từ nghìn năm trước,
Đã bao lần lấn đất phía nam.
Chúng như kiến tràn sang đất Việt,
Ta đứng dậy quyết chiến kiên trung.

Đây Bạch Đằng tấm gương ngày trước,
Đường Chi Lăng vững bước đan tay.
Ta đi theo đuốc thần dẫn lối,
Ta bước về non nước của ta.

Đường ta đi có là gian khổ,
Lấy máu đào bước với giang sơn,
Khung trời này dẫu là bé nhỏ,
Đất nơi đây vẫn có anh hùng.

Cha ông ta một lòng vì nước,
Con cháu Việt tiến bước hiên ngang.

*

* *

Đường ta đi lướt ngàn gian khó,
Bước ta về gắn bó tương lai.
Phần đất này tiền nhân để lại,
Ngàn xương trắng gởi với non sông.

Ta bên nhau gánh chung nghiệp nước,
Cánh hoa Vàng vững bước trời nam.
Đường quê ta ngàn năm ngời sáng,
Dân nước Việt tiếng hát vang vang.

5-2000

Bảo Giang

Hòa Bình ơi,
Hoà Bình! (1)

Hoà binh ơi! Ơi hòa bình ơi!
Tiếng hát hôm nao bỗng nghẹn lời.
Người đi, mộng ước không về nữa,
Kẻ đến, tang thương đủ một đời!

*
*   *

Nhớ hôm nao, giữa trời lửa khói,
Mẹ bồng con, tiếng nói đau thương.
Đạn bom ơi, xin đừng đến nữa,
Ba mươi năm, quá nửa đời rồi.

Ngoảnh nhìn lại, da mồi tóc bạc,
Ngước nhìn con, nước mắt chặn lời.
Mà niềm vui, vẫn chưa tìm đến,
Để tim côi gục chết giữa đời!

Hoà bình ơi, hỡi hòa bình ơi!
Tiếng nói hôm nay đắng nghẹn rồi.
Nhớ hôm xưa trong giờ ly biệt,
Người vì nước lòng quyết ra đi.

Tuổi hai mươi, thiếp ghì tay áo,
Chàng quay lại, nhắn bảo về đi.
Lau dấu lệ, người đi vì nước,
Thiếp quay về, từng bước lê thê.

Khấn van trời, trăng thề mãi sáng,
Để cho con nuôi nấng con thơ.
Cho mẹ già, đôi giờ vui sống,
Xóa mờ đi dấu ấn năm xưa. (di cư)

*

* *

Hoà bình ơi, hỡi hòa bình ơi!
Nhớ hôm nao, anh tôi về tới?
Chân không giày, bước thấp bước cao.
Giọt lệ trào, viền quanh mắt đỏ.

Người chào đón, chẳng có đôi câu.
Tay ôm tay, gục đầu nức nở,
Hoà bình ơi, ta trở về đây.
Hàng cờ xưa từ nay vắng bóng,

Giữa trời cao, gió lộng mây gào.
Là tiếng vọng, đồng bào than khóc,
Cảnh trời Nam lửa cháy tan cờ.
Người về đây, hồn như đã mất,

Tiếng động này vỡ nát tim côi.
Rồi sớm mai, giữa trời tháng hạ,
Cộng kéo lên một mảnh quần hồng,
Cho dân Nam, sống trong nước mắt.

*

* *

Hoà bình ơi, hỡi hòa bình ơi!
Trong chiến tranh người người mơ ước,
Có một ngày đất nước hoan ca.
Mừng hòa bình, Bắc Nam chung bước,

Ta bên nhau hát khúc Tự Do.
Cho toàn dân vui đời Độc Lập,
Có ai ngờ binh lửa vừa tan,
Nhìn lên cao, ánh Vàng đã mất,

Ở trên giấy, một mảnh quần hồng,
Cộng mang về từ làng Phúc Kiến,
Cho đất bắc nhận kiếp chư hầu,
Rồi từ đó miền nam gặp họa...

Hòa bình ơi, nước mắt thay lời.
Hòa Bình ơi, hỡi hòa bình ơi!

1-2010
Bảo Giang

Hoà Bình ơi, Hòa Bình! (2)

Kính dâng những anh hồn đã ra đi vì nghiệp nước.

Hòa bình ơi, nước mắt thay lời.
Hòa Bình rồi, hỡi hòa bình ơi!

Kìa tiếng hát sao bỗng nghẹn lời,
Hoà bình rồi, phải hòa bình không?
Người đi hương cũng không về nữa,
Kẻ đến tanh hôi đủ một đời...

*

*   *

Tôi nhớ mãi chuyện thời chinh chiến,
Sau mỗi lần tiếng súng tạm ngưng,
Dòng nước mắt rưng rưng tràn xuống,
Nhìn chiến trường với đống xương tan.

Đây máu đỏ, da vàng nước Việt,
Phân quốc cộng để triệt hạ nhau.
Đường phương bắc hồ mao khoe búa,
Cảnh miền nam trọc múa bình ca,

Cho nước Việt đi vào tăm tối.
Bắc với Nam kê gối, hận thù.

*

* *

Hòa bình ơi, hỡi hòa bình ơi!
Tôi nhớ mãi ngày anh vào lính,
Súng trên vai, bước nhịp quân hành.
Mẹ thẫn thờ từng đêm thức giấc,

Nguyện đất trời cho hết chiến tranh.
Nam với Bắc cùng nhau chung sức,
Cho tiếng cười nở giữa đau thương.
Cho niềm vui thay dòng nước mắt,

Cho áo màu thế mảnh khăn tang!
Còn chị tôi, chia tay vội quá.
Mới hôm nào tiếng pháo vu quy,
Tay đan tay đi về chung lối.

Ước nguyện rằng sớm tối bên nhau.
Cho cuộc trần thêm màu tươi mới,
Ươm tình nồng hướng tới tương lai.
Có đâu ngờ sớm mai kèn thúc,

Anh lên đường đi giữ non sông.
Người ở lại, trống lòng nguyện ước,
Cho người đi vững bước thang mây.
Để mẹ già cùng bầy em nhỏ,

Trọn niềm vui khi đón anh về.
Đó là ngày, bình yên hoa nở,
Ánh mai Vàng rạng rỡ non sông.
Ta bên nhau mừng trong ngấn lệ,

Tay nắm tay vui kể tình nhà.
Đường làng ta từ đây rộng mở,
Cho đàn trẻ hướng tới tương lai,
Cùng muôn người chen vai hẹn ước,

Ta hân hoan nhịp bước ca vang.
Mừng đoàn thuyền vượt qua sóng nước,
Người đón người kết ước thương yêu.

*

* *

Hòa bình ơi, khi nào em đến?
Sáng hôm nay chiến cuộc đã tàn.
Bản tin đi với ngàn nước mắt,
Anh ở đâu, lòng thắt cơn đau.

Anh sẽ về với màu tang chế,
Hay anh về bằng tiếng oan ca?
Ở đó là bài ca vì nước,
Cho người vào cuộc chiến hôm nao.

Hay sẽ là gió mưa gào thét!
Gởi chiến bào đẫm máu giao tranh!
Đôi giày sô có là dĩ vãng,
Ta đem về buộc với tương lai.

Rồi xóa đi muôn ngàn cay đắng,
Bởi ta còn mưa nắng trên cao.
Ta vẫn còn mai đào không đổi,
Dẫu gặp thời nước nổi mây trôi.

Hoà bình ơi, bao giờ em đến,
Hoà bình rồi anh có về không?

6-2010
Bảo Giang

Chuyện ngày đình chiến

Hoà bình ơi, hỡi hoà bình ơi,
Ở nơi đây còn hai con mắt,
Nhìn theo gương tiếng khóc nghẹn ngào.

Đây bài ca trong ngày đình chiến,
Gởi đến người chinh chiến bắc nam.
Lời tạ ơn cho ngày mai đến,
Đất nước mình sẽ hết chiến tranh.

Tôi với anh bên nhau chung hướng,
Tay đan tay vui bước dưới cờ.
Cho dân ta nắng trời tươi mới,
Cho đất Việt sống với yên vui.

*

* *

Khi nén nhang lời kinh chưa dứt.
Tiếng pháo gầm mỗi lúc thêm mau.
Người nhìn người, tròn hai con mắt,
Nỗi kinh hoàng thoáng đã hiện lên.

Từng đôi mắt lạc theo ánh lửa,
Đôi chân run, hơi thở nửa vời.
Pháo vẫn reo như mời đón khách,
Đất phương nam lửa cháy vượt trời.

Chẳng nơi nào có giờ vui mới,
Từ thành thị cho tới thôn quê,
Ngày đình chiến đưa về tang tóc.
Vành khăn tang vội thắt trên đầu.

Cảnh nhà bên, vui câu chuyện mới,
Vợ theo chồng, mẹ với đàn con,
Tay đan tay, ngồi quanh mâm cỗ,
Hồ hân hoan gởi pháo làm quà.

Cả một nhà máu hòa xác pháo.
Vạn thương đau, nước mắt chẳng còn.
Khóc cho người dân nam vướng nạn!
Khóc cho bạn gặp hạn ra đi.

*
* *

Thế mới hay lời báo hôm nao.
Cộng về, chồn cáo đua nhau rống,
Thêm đôi dép lốp giống hoa kiều.
Lũ trẻ kinh hoàng, tiêu tán mật,

Bao người già khóc ngất đêm thâu.
Vạn ngàn sau còn câu kinh sử,
Nước mất, dân tàn hạn tháng tư.
Quê hương ta, chết từ dạo ấy.

Đất phương Nam dưới bóng cờ hồng,
Toàn dân trắng mắt chờ "giải phóng"!
Ánh nến lung linh bỗng đổi màu.
Ghi dấu Cộng về là vĩnh biệt,
Mất quê hương, mất hết tình đời.

2-2022
Bảo Giang

Đường chiều (2)

Nắng chiều theo mây vừa khuất bóng,
Sương đêm đổ xuống cánh rừng hoang.
Ngửa nhìn lên, trời đen như mực.
Cúi xuống đôi tay, chẳng rõ hình.

Quanh đây nào thấy tình non nước,
Chỉ có giây leo với núi rừng.
Vo ve đàn muỗi theo nhau rít,
Như tiếng binh ngô lúc vỡ bờ...

*

*   *

Rồi Anh đi, đồi cao vĩnh biệt,
Tôi quay về để viết tin thơ.
Rằng áo trận chẳng mờ chiến sử,
Bước quân hành vẫn cứ đi qua.

Nhớ hôm xưa khi vừa tắt nắng,
Khói sương mù phủ trắng rừng đêm.
Bao bóng người chập chùng tiến bước,
Như cánh chim đêm, dưới trăng mờ.

Anh bước đi lòng không nao núng,
Giữa đêm trường tiếng súng vọng vang,
Ở nơi đó dẫu là qủy dữ,
Anh vẫn đi gìn giữ sơn hà.

Từng cơn gió thổi qua khe lá,
Cho lòng người lạnh giá trong sương.
Người tráng sỹ trên đường vì nước,
Ai mơ về những bước thênh thang.

Đời chiến binh miên trường chẳng đổi,
Sáng trưa chiều, sống với non cao.
Từng ngày qua, mưa rào nắng lửa,
Gió thét gào ánh đuốc lao đao.

Anh vẫn đi và còn đi mãi,
Cho đất mẹ sống với yên vui.
Cho bình minh ngày mai lớn dậy,
Cho người người đón lấy yêu thương.

*

*   *

Kìa mảnh đồi bỏ hoang ngày trước,
Đây pháo nổ đón rước xương tan!
Đất rừng này ngàn năm nắng gió,
Đã một đời sống với dân ta.

Rồi một lần đưa ta đi mãi.
Đưa Người về với cõi linh thiêng.
Cho nơi đây hồn thiêng khói toả,
Cho đất Việt một khoảng đau thương.

Người bước vào thiên đường khuất bóng,
Kẻ sẽ về với nắng đơn côi.
Này hồn linh vào lòng dân tộc,
Với tiếng ca bất diệt ngàn đời.

Kìa rừng sâu với đồi gió hú,
Đây tình người sống với giang sơn.
Nay anh về giữa lòng đất mẹ,
Như ánh vàng lướt nhẹ trên không.

Kẻ ở lại chung lòng tiếp bước,
Cho ngàn đời ánh đuốc trên cao.
Đưa Việt Nam bước vào ngày mới,
Ở đó là tiếng nói Tự Do...

*
* *

Kìa lửa hồng ngàn năm vẫn sáng,
Đường quê mẹ tiếng hát vang vang.
Anh ra đi vì non nước Việt,
Đến vạn niên ánh đuốc vẫn còn.

Ở đó là tình non hồn nước,
Ở đó là những bước quang minh.
Cho dòng sử anh linh ngời sáng
Cho dòng đời ghi khắc tấm gương.

Đường Việt Nam ngàn năm ngời sáng,
Bước Anh đi như nắng giữa trời.
Người đến sau tiếp đôi dòng sử,
Viết tên người Chiến Sỹ Vô Danh.

Người ra đi vì danh Tổ Quốc,
Sẽ đời đời sống với giang sơn.

2021
Bảo Giang

Ngày Về (2)

Mai ta về, về trên bến cũ,
Có ngôi trường với chúng bạn xưa.
Nơi đã từng bên nhau đèn sách,
Tay đan tay ca hát rộn ràng.

Kìa sân trường vang vang tiếng hát,
Đây một chiều nước mắt như mưa.
Bởi hôm ấy rủ nhau trốn học,
Theo đàn chim đuổi bướm trên đồng.

Rồi chiều về trên đường mìn nổ.
Một đứa đi, đi mãi chẳng về.

*
* *

Mai em về, về bên làng cũ,
Với ngôi đình ghi dấu năm nao.
Này nến sáng, với làn hương tỏa,
Kia hàng cây gió thoảng mùi hương.

Cho người đến thiên đường trần thế,
Lúc ra về vương vấn khôn nguôi.
Nay xa rồi một thời thơ ấu,
Còn lại đây năm tháng trong tim.

Gọi ta về với ngày đèn sách,
Của một thời áo trắng năm nao.
Quê hương ơi em là tất cả,
Ta sẽ về thăm lại trường xưa.

Kìa thầy cô với tà áo mới,
Đây lớp học bước tới tương lai.
Đã bao mùa tiếng thày chẳng đổi,
Lớp trẻ thơ nhờ đó nên người.

*

* *

Rồi chiều mai ta về bến cũ,
Đến ven sông thuở ấy hẹn hò.
Này bờ đá, bến đò năm trước,
Đây cây cầu đếm bước tuổi thơ.

Chợt một ngày ngàn mơ thay đổi,
Trên bến đò bao lớp người đi.
Cho dòng nước uốn mình lên xuống,
Bước theo mệnh của những người qua.

Kìa chàng trai đi vào gió cát,
Mai anh về nắng rạng quê hương.
Ngày anh đi người vương nước mắt,
Bước anh về tiếng hát ngân vang.

Con đường làng lá hoa rạng rỡ,
Bên đoàn người nhịp bước hiên ngang.
Này cổng đình cờ cao, chiêng trống,
Đây người chờ, người đón đan tay.

Anh trở về sau ngày chinh chiến,
Người về đây chung tiếng hoan ca.
Đường làng ta vang vang kèn trống,
Cùng đất trời mở hội xuân sang.

Mừng người về hoa giăng nắng mới,
Non nước Việt sống với yên vui.
Việt Nam ơi đây ngày hội lớn,
Bến Tự Do đã mở cho đời.

2021
Bảo Giang

Bài ca dâng mẹ

Mẹ ơi,
Con muốn viết ngàn thơ cho mẹ,
Gói trọn tình con gởi tới người.
Dâng cho mẹ vạn lời yêu dấu,
Tạ ơn người vất vả vì con.

Tạ ơn người dẫn con từng bước,
Từ khởi đầu chín tháng cưu mang.
Rồi vuông tròn cho con nhập thế,
Với đêm ngày bồng bế trên tay.

*

*   *

Mẹ ơi,
Mẹ dạy con đan tay tập đứng,
Học làm người Lễ, Nghĩa, Nhân, Luân.
Khi đến trường chuyên cần sách vở,
Từng bài sử phải nhớ ghi lòng.

Để mai sau trên đường vì nước,
Con học đi, học bước hiên ngang.
Đường dẫu dài với ngàn gian khó,
Trước hiểm nguy ta cứ thẳng đường.

Đây bài sử, từng chương, từng chữ,
Lời mẹ dặn con đã khắc ghi.
Dẫu nắng mưa chẳng khi lầm lỡ.
Sống với đời bằng một chữ tâm.

*

* *

Mẹ của con, từ trong tay mẹ,
Con lớn khôn và quyết nên người.
Những năm xưa khi con vào lớp,
Mẹ dạy con ghi nhớ tình người.

Trên kính thày vào đời nhường bạn,
Trong cuộc sống giữ trọn Tín, Trung.
Để một mai lên đường vì nước,
Con phải biết Tổ Quốc là đâu.

Thời thịnh trị chung tay góp sức,
Lúc loạn ly phải đứng nêu gương.
Đem tấm thân soi lòng lịch sử,
Nối bước theo những đấng anh hùng.

Đường ta đi một lòng vì nước,
Thân dầu thác tổ quốc phải yên.

*

* *

Mẹ ơi,
Con vẫn nhớ tấm gương ngày trước,
Mẹ dạy con giữ đuốc Trưng Vương.
Để vạn đời gươm thiêng ngời sáng,
Cho nước Việt rạng chốn trời đông.

Kìa ngàn xưa quê hương ta đã,
Bao anh hùng sống với giang sơn.
Cuộc khởi đầu Ngô Vương vì nước,
Sóng Bạch Đằng, bắc quốc tan thây.

Chiến thuyền giặc nát theo hơi khói.
Đất phương nam bước tới hoan ca.
Đường Hưng Đạo như là trên giấy,
Bước Nguyên về chẳng đất dung thân.

Rồi một ngày tan tành manh giáp,
Bởi Lê Lợi mở đất Lam Sơn,
Cho phương nam cờ cao trống phách,
Phận quân Minh khố rách quy Tào.

Ngày Quang Trung áo bào ra bắc,
Vạn giặc Thanh thuyền nát, thây tan.

*

* *

Dòng lịch sử ngàn năm dẫn lối,
Đây nước Việt sớm tối bên nhau,
Còn Nam Quan là còn nước Việt,
Đất Nam mất dân Việt tất vong.

Lời truyền này cháu con phải nhớ,
Khúc ruột này chẳng thể tách hai.
Nếu chồng, con, vì dân vì nước,
Dâu ở nhà dẫn bước đàn con.

Dạy cho trẻ kinh thơ, sử ký.
Đã vào đời phải đứng hiên ngang.
Phận làm trai, trên vai nghiệp nước,
Giữ đất mẹ, nối bước tiền nhân,

Đường ta đi dẫu ngàn sóng gió,
Bước ta về phải vọng tiếng ca.
Đất quê nhà là hơi thở ấm,
Sẽ đời đời truyền lại cháu con.

Non nước ta nay còn gian khó,
Mai sóng trào tiếng hát vang xa.
Trời Việt Nam thênh thang một cõi.
Nắng Cộng Hòa chiếu dọi nơi nơi.

2010
Bảo Giang

Hoà Bình ơi. Hòa Bình (10)

1.
Nắng mới vươn lên ở cuối trời,
Hoà bình rồi, hỡi hòa bình ơi!
Hoa vàng nâng cánh chờ xuân đến
Tiếng hát vang vang rạng cõi đời..
Những ước mai đây ngày mới đến,
Trống kèn vang nhịp khắp nơi nơi.
Làng trên xóm dưới cùng ca múa,
Tiếng hát dâng cao đến tận trời

2.
Tiếng hát dâng cao đến tận trời,
Hòa bình rồi hỡi hòa bình ơi.
Hai mươi tháng bảy ngày năm bốn,
Nam Bắc chia đôi nghẹn đắng đời.
Tổ quốc từ đây ngàn cách trở,
Người đi quang gánh lệ rưng rơi.
Hẹn khi non nước thanh bình đến,
Ta sẽ về đây dựng lại đời.

3.
Ta sẽ về đây dựng lại đời,
Hoà bình rồi, hỡi hoà bình ơi.
Người đi nước mắt chưa vơi cạn,
Kẻ đến múa dao nhặng tiếng cười.
Lũ trẻ bơ vơ nhìn mũ cối.
Người già, cô độc lệ không vơi.
Ngày mai tiếng khóc còn ai oán,
Nam bắc chia hai đắng nghẹn lời.

4.
Nam bắc chia hai đắng nghẹn lời,
Non cao núi thẳm chẳng chung trời.
Rừng khuya súng nổ không ngừng tiếng,
Người chết tang thương chẳng một lời.
Từ đấy đau thương dân giữ lấy,
Bảng hồng liềm búa bác vui chơi.
Giữa hè hoa phượng tươi như máu,
Pháo nổ vang vang chết vạn người.

5.
Pháo nổ vang vang chết vạn người,
Bao nhiêu mong ước của muôn đời.
Trôi theo lá đỏ không về nữa,
Chỉ có quanh đây nhặng với ruồi.
Phố vắng không người, nhiều nước mắt,
Đường quê cô lẻ dấu trăng Hời.
Từ nam ra bắc người nheo nhóc,
Tiếng khóc dâng lên tận cõi trời.

6.
Tiếng khóc dâng lên tận cõi trời,
Hoà bình hãy đến hòa bình ơi.
Người dân trắng mắt từng đêm tối.
Súng ống trên tay bác đảng cười.
Cả nước tang thương thời cộng sản,
Đầu làng cuối phố xác dân phơi.
Hoà bình chỉ thấy ngàn tia chớp,
Đất nước bi thương chẳng tiếng cười.

7.
Đất nước bi thương chẳng tiếng cười,
Bao nhiêu máu đổ với xương phơi.
Người đi than khóc không ngừng tiếng,
Kẻ ở rưng rưng chẳng một lời.
Nước mắt từng đêm rơi lã chã,
Đường quê nức nở, máu xương ơi!
Ba mươi tháng bốn cơ Hồ quá,
Chỉ có loa vang nghẹn đất trời.

8.
Chỉ có loa vang nghẹn đất trời,
Trong làng ngoài phố chẳng đôi lời.
Nhìn nhau ánh mắt toàn màu trắng,
Tiếng nói yêu thương khó gặp thời.
Từ sớm đường dao không hẹn trước,
Đầu dân rụng xuống, cộng vui chơi.
Mừng ngày bác đảng về thôn xóm,
Đấu tố vinh quang rạng một đời!

9.
Đấu tố vinh quang, tủi đất trời.
Hoà hình rồi! hỡi hòa bình ơi!
Này đây lịch sử còn ghi dấu,
Chúng nói điêu ngoa suốt một đời.
Đất bắc khăn tang phủ khắp lối,
Miền Nam lặng lẽ cảnh không lời.
Đầu làng bác đảng khoe dao, búa,
Cuối xóm dân đen chết bỏ đời.

10.
Cuối xóm dân đen chết bỏ đời,
Hoà bình rồi hỡi hòa bình ơi!
Nơi đây chỉ có ngàn gian dối.
Đất nước đau thương đủ một đời.
Hồ cộng đem về cây lá đỏ,
Yêu thương chẳng đến với con người.
Quê hương, đất nước tình ly tán,
Nước mắt còn vương đến vạn đời.

7-2012
Bảo Giang

Tình non nước

Kìa gió bụi âm vang mất nước,
Đây máu xương chảy dưới gươm đao.
Bao người đi bước vào lửa cháy,
Mong một ngày được thấy nắng lên.

Nay gặp loạn chim đàn vỡ tổ,
Gió mưa về, nước đổ muôn phương.
Còn lại chăng, tấm lòng vì nước,
Ai sẽ mài gươm dưới nắng vàng.

*
*   *

Kìa bắc phương, chuyên lời dối trá,
Chúng chẳng còn lý trí, tâm linh.
Sáng ra gươm, chiều tìm lưỡi giáo,
Tối đan tay đấu tố dân lành.

Nhớ hôm nào vác dao, đóng khố.
Nay công hầu cán bộ dương oai.
Nàng hộ lý cũng thành đồng chí,
Quấn khăn rằn quanh cổ thị dân.

Nó đã quên thời làm du kích,
Sáng đón khách, chiều rách tả tơi,
Nay về đây muôn lời tráo trở,
Theo gót chân của lớp vong ân.

Hoan hô tàu ở trên đất Việt,
Nhận pháo nga để giết dân lành.
Ôi, tang thương đến hàng cây cỏ,
Chúng bỏ giang sơn, bỏ giống nòi.

Sáng nghênh ngang múa bài giải phóng,
Chiều mở hội đấu tố thi công.
Máu dân ta chảy tràn sông núi,
Đất nước Việt nuốt nhục chia đôi.

Trời phương bắc từ đây cờ đỏ,
Suốt tháng năm nước nhỏ hai hàng.
Cảnh đồng quê mẹ cày con quốc.
Trên mâm cỗ cán cộng ghi công,

Nơi thành thị người không manh áo,
Sống co ro ở dưới gầm cầu,
Ngôi nhà cao dành hầu bác đảng,
Mâm cỗ đầy đón khách Tàu sang...

*

* *

Kìa phương nam, khởi đầu tay trắng,
Sáng nắng lên trẻ bước đến trường,
Từ làng quê, phố phường đổi mới,
Suốt bốn mùa tiếng nói vang vang.

Ở nơi đây tình nhà, tình nước,
Cùng đan tay chung bước trên đường,
Ước hẹn ngày bốn phương chung lối.
Cho hai miền sớm tối chen vai.

Chợt một ngày, lửa binh khắp chốn,
Người phương nam sớm tối lên đường.
Bao chàng trai bút nghiên xếp lại.
Anh bước đi vì nghĩa giang sơn.

Chẳng ngại ngần gió sương gào thét.
Chỉ một lòng báo đáp non sông.
Cho ngày mai nắng lên trời sáng,
Làng quê ta sống cảnh thanh bình.

Đường dân đi sẽ tràn hoa nở,
Bước người về nhịp thở yêu thương.
Việt Nam ơi, trên đường ta bước,
Đây quê hương, dân nước anh hùng.

Ở nơi đây tiếng lòng như thép,
Đất nước này tiếng hát vang vang.
Người đan tay quy về một hướng,
Dân chung lòng giữ vững giang san.

Cho Việt Nam ngày mai nắng ấm,
Cho đất mẹ năm tháng yên vui.
Nay nhìn về quê hương đất bắt,
Quyết đem lòng triệt loại hồ lang.

Ôi, tình người sống trong tình nước,
Như dòng máu chảy trở về tim.
Triệu triệu người chung cùng nhịp bước,
Tâm hướng về nhịp thở non sông.

*

* *

Kìa tấm áo nhuộm màu chinh chiến,
Đây đôi giày, vó ngựa hư hao.
Nay người về bên nhau chung bước,
Cho quê mẹ hát khúc hoan ca.

Kìa bao đêm kiếm mài trên đá,
Đây tháng ngày lửa cháy non cao.
Mai nắng lên bờ lau bụi cỏ,
Cho ruộng đồng vươn tới chân mây.

Nhìn tấm áo bạc màu mưa gió,
Ta quên đi gian khổ năm xưa.
Cùng về đây chung xây đời mới.
Cho người người bước tới tương lai.

Ta đan tay tiếng cười nghiêng ngả,
Chung rượu mời cho thỏa tử sinh.
Thề với trời, ta không trở lại,
Nếu nước nam còn bóng tàu hồ.

*

*   *

Mai giang sơn về trong nắng mới,
Khắp mọi miền chung khúc ca vang.
Tay đan tay với ngàn tiếng hát,
Chén rượu này ghi khắc tâm ca.

Hồn sông núi gọi ta đứng dậy,
Ta bên nhau quyết một lời thề.
Ta không để giang sơn cùng khốn!
Ta không gặp dân với khổ đau.

20-7-2000

Bảo Giang

Chiêu Hồn Nước

Kìa giải đất hình cong chữ S,
Con cháu Việt chung sống nơi đây.
Đã bao đời từ ngày lập quốc,
Bỗng một chiều tan vỡ theo mây!

Ngửa nhìn lên hoa vàng tan nát,
Khắp nước nam chỉ thấy lệ tràn.
Bao xóm làng vùi trong lửa cháy,
Cho muôn người nước mắt rưng rơi.

*

* *

Nhớ khi xưa Lạc Hồng khai quốc,
Qua vạn niên như đuốc phương nam.
Nhìn lên cao trời xanh một giải,
Giữa lưng mây chỉ thấy nắng vàng.

Tiền nhân ta dọc ngang một cõi,
Vạch trời, thét đất, một tiếng vang.
Người trăm họ về chung dưới gối,
Tay đan tay dựng đất nước nam.

Đàn con cháu từ đây kết bước,
Đất phía bắc hết bóng chồn hoang,
Đường phương nam hoa vàng tươi nở,
Đàn chim Việt vươn cánh lưng mây.

Trải bao đời, vượt ngàn nguy khó,
Người bên người gắn bó đan tay.
Chợt một ngày, hồ vào làm cáo,
Đất nước Việt gặp cảnh nhà tan.

*

* *

Kìa phương bắc làng thôn đổ nát,
Bao mẹ già nước mắt chan cơm.
Vạn đêm rồi chẳng tròn giấc ngủ,
Đây tháng ngày như phủ màu tang.

Nhìn đàn con hao gầy, ốm đói,
Cảnh cơ hàn chẳng một bữa no.
Lúc đêm về co ro trong chiếu,
Sáng nắng lên, cắp rổ ra đồng.

Những tưởng làm anh hùng hào kiệt,
Có ai ngờ gặp phải thời hồ,
"Năm gánh phân góp phần đánh mỹ, (đi gắp phân)
Đất quê ta chẳng nghỉ một ngày," (Đồng dao chống Mỹ của VC)"

Cảnh đường làng bây giờ cũng khác,
Sau lớp người may mắn vào nam.
Còn lại đây vài ba chú mán,
Theo tiếng kẻng, gõ mõ điểm phân!

*
* *

Đường phương bắc chìm trong đói khổ,
Cảnh miền nam hoa nở giữa trời.
Sáng nắng lên tiếng cười lướt sóng,
Chiều lúa về tiếng hát vang vang.

Kìa cổng trường em thơ vui bước,
Đây lớp học xây đắp tương lai.
Đường phương nam ngày mai trời sáng,
Em bước đi dưới ánh nắng vàng.

Làng quê ta vui ngày hội mới,
Tiếng ca vang vươn tới chân trời.
Người với người đi trong khúc hát,
Tay đan tay trên khắp nẻo đường.

Mai nắng lên Hoa Vàng tươi nở,
Non nước Việt muôn thuở là thơ.

20-7-20
Bảo Giang

Khát vọng ngày đi

Nếu một mai phải rời đất mẹ,
Ta nhắc cho ta mệnh truyền đời.
Đây quê hương với lời di chiếu,
Hãy sống hiên ngang với đất trời.

Đây mảnh đất ngàn đời truyền lại,
Con cháu Việt vững chãi mà đi.
Đường ngàn năm lo gì sóng gió,
Nắng hay mưa phải có cội nguồn.

Nay chia tay với ngàn dao cắt,
Người ở lại nước mắt trên mi.
Kẻ ra đi như di vỡ tổ,
Gởi lời thề về với cố hương.

*

* *

Ôi ngày đi sao nhiều nhung nhớ,
Nhớ cha, nhớ mẹ, nhớ quê nhà.
Đường ra khơi, bước vào trống vắng,
Cho từng giờ thêm nhớ cảnh xưa.

Nhớ cảnh nhà trước giờ quang gánh,
Ta ra đi, chẳng dám một lời,
Kìa, trên hè mẹ ngồi vá áo,
Cho lòng ta nhịp thở chơi vơi.

Khi lên thuyền lại ngồi ôm gối.
Tàu chưa đi, đã muốn quay về.
Ôi lòng người, sao ê chề quá.
Một chuyến đi, chết cả một đời.

*

* *

Rồi nắng lên cho lòng lửa đốt,
Nhớ em nhỏ, nhớ tới đường quê.
Nhớ người thân, nhớ khung trời cũ.
Nay ra đi, biết tới phương nào?

Kìa đường quê có cha có mẹ,
Có bạn bè, phố thị thân thương.
Nay xa quê đến phương trời lạ,
Ta bước vào ảo ảnh nào đây?

Ở nơi đó trăng tròn hay méo,
Ở nơi đó, mưa nắng ra sao?
Chợt tất cả mờ theo dấu lệ,
Còn lại đây đôi tiếng nghẹn ngào.

*
*   *

Rồi ta đi, xa nhà xa nước,
Ta bước vào quãng vắng bơ vơ.
Theo con thuyền lững lờ trên sóng,
Cùng bao người ngồi ngóng nắng lên.

Từ con sông thuyền vươn ra bể,
Nước non ôi cách trở đến rồi.
Trong đôi phút sẽ là cách biệt,
Thuyền ra khơi, chẳng bến chẳng bờ.

Ở ngoài đó cảnh trời cũng khác,
Thuyền lững lờ, lớp sóng dâng cao.
Chào người đi bước vào biển lớn.
Chúc người đi gặp bước thang mây.

Từng con sóng kéo về đón khách,
Nó theo nhau, nhưng quá vội vàng.
Thuyền vừa lên đã nhào lộn xuống,
Cho trăm người thổ thốc mật xanh!

Còn lại đây những đôi mắt trắng,
Ai reo vui cảnh sống nước ngoài?
Ở nơi đây những dòng nước mắt,
Tôi gục đầu ôm chặt đôi chân...

*

*   *

Mai... mai về với nhà với nước,
Ta bên nhau chung bước tương lai.
Ta sẽ về với cha với mẹ,
Ta về với phố thị quê ta.

Kìa trăng sao giữa ngàn nắng ấm,
Đây chim trời cá biển nao nao,
Chúng quy về bên nhau dấu ái,
Cho dòng đời tiếng nói vang vang.

Nay dân Việt lạc đàn tan nghé.
Để cho ta cách biệt quê nhà.
Ước ngày mai dương trần nắng mới,
Ta đan tay đi tới cuối đường.

Ta sẽ về thăm trường năm ấy,
Đây lớp học vang tiếng ê a.
Ta bên em đánh vần từng chữ,
Với lời thầy chỉ dẫn tương lai.

Đường rất dài ta miệt mài bước,
Dưới nắng mưa, hai buổi tới trường.
Ta tung mây với ngàn trang sách,
Ta vào đời tiếng hát vang vang...

*

* *

Nay ra đi với ngàn gian khó,
Ta bước vào sóng gió biển khơi.
Mong một lần tìm ra lẽ sống,
Cho ngày về nắng mới nở hoa.

Ta sẽ về với làng với nước,
Ta sẽ về trong bước tự do,
Ở nơi đó không còn giống đỏ,
Chỉ có tình thương với tình người.

2000

Bảo Giang

Mùa Xuân Dân Tộc

Rồi một sớm Xuân về trên đất nước,
Giữa tiếng reo như chim quốc gọi đàn,
Đường Tổ Quốc bao thênh thang rộng mở,
Đón người về trong tiếng gọi hoan ca.

Hoà với nhạc, quê hương là sức sống
Gọi ta về với nguồn cội yêu thương.
Vui với người, gió mây là hơi thở,
Quyện vào nhau như tiếng nói không rời.

*
* *

A! Xuân mừng em mới vừa tập nói,
Tiếng nói đầu đời em gọi Việt Nam.
Trong reo vui em gọi cha gọi mẹ,
Gọi quê hương như hoa nở trên môi.

Chờ ngày tới, em reo mời nắng mới,
Tay trong tay cặp sách bước đến trường.
Này bài học vỡ lòng đường lịch sử.
Bắc dẹp cường bạo, Nam xứ bình Chiêm.

Em reo vui ngày Bình Ngô đại cáo,
Người đan tay theo tiếng pháo Thăng Long.
Gọi cỏ cây cùng vươn vai lớn dậy,
Dựng viên đá làm thành lũy Việt Nam.

Vung lưỡi giáo cho Hồng Hà thêm đỏ,
Vót cọc nhọn cho sóng lở Trường Giang.
Ta mừng Xuân trên Chi Lăng chiến địa,
Thét tiếng loa cho bốn biển rền vang.

Để ngàn sau cháu con cùng bước tới,
Viết thêm trang trong bia đá Ngọc Hồi.
Cho cả nước chen vai trong ngày hội,
Đưa em vào sức sống với Tiền Nhân.

Mừng Tổ Quốc ta ngàn năm bừng sáng.
Rồi mẹ dạy em đạo lý luân thường.
Từ bốn ngàn năm viết thành nước Việt,
Xiết tay nhau trong tình nghĩa đồng bào.

Yêu thương nhau là tự hào dân tộc,
Để chiều về trên dốc đồng xa,
Em hát ca vui theo mùa lúa mới,
Chẳng bỏ quên người chân lấm tay bùn,

Một đời dài bên đồng ngô nương sắn.
Bán mặt cho đất, lưng bán cho trời.
Chẳng quản ngại ngày mưa, rồi tháng nắng.
Chỉ ước một lần thấy dáng xuân sang...

Mùa Xuân 2013
Bảo Giang

Mùa Xuân Dân Tộc

Phần 2.
Có ai ngờ, tám mươi năm liềm búa,
Chỉ thấy máu đỏ pha tưới luống bùn.
Em rưng rưng bên người già, cô phụ,
Bẩy mươi năm chưa có một niềm vui.

Chỉ có tang thương theo vòng cờ đỏ.
Lòng người đau xót, dạ đá héo hon!
Gọi con gái, nó nửa khùng nửa dại.
Gọi con trai, nó bỏ xác rừng hoang.

Cầu cho chinh chiến tàn theo cơn gió,
Mà sao chỉ thấy lệ đổ nơi nơi.
Hai mươi năm lửa đạn thay pháo tết.
Xuân nào đến, ai cho Mẹ niềm vui?

Em ôm mẹ, ruột gan cùng đau thắt,
Mẹ ôm con, lau nước mắt mừng nhau.

*

* *

Mai Xuân về như dòng tóc bên suối,
Mãi vươn dài theo sóng lúa mênh mông.
Đẹp làm sao giữa nắng vàng đồng nội,
Tóc thơm mùi lúa, hương nhớ tình người.

Ai như gió thoảng cho đời ngây ngất,
Chén tình nào theo triều sóng vợi xa?
Gánh lúa này nuôi dân ta chinh chiến,
Đồng lúa kia giúp nước dựng tương lai.

Rồi xuân đến em đi thăm người thợ,
Trong nhà máy nơi hầm mỏ, nông trường.
Ở đó, có tình người trong tình nước,
Tựa vào nhau theo muôn bước không rời.

Xuân như người chiến sỹ nơi đất Mẹ,
Vẫn là ngàn năm lịch sử ghi danh.
Dẫu cổ lai chinh chiến không trở lại.
Đã có người sau nối gót đi lên,

*

*   *

Gặp lúc trăng tà, mưa sa bão táp.
Hay trong bình minh nắng dậy ánh Vàng.
Vẫn vang vọng lời anh trong chiến địa,
Và có hồn anh bay với màu cờ.

Từng nhịp trống là bước anh đi trước,
Mỗi tiếng kèn là lời gọi người sau.
Để ngàn xưa có tiền nhân dựng nước,
Tới nghìn sau con cháu giữ non sông.

Nước không mất một ngọn cây tấc cỏ.
Dân không bỏ một viên đá biên cương...

*

* *

Rồi mai nắng Xuân về trên đất Mẹ,
Giữa tiếng reo vui, chiêng trống không ngừng.
Đường Tổ Quốc bao thênh thang rộng mở,
Đón nhau về trong Độc Lập Tự Do.

Xuân đánh thức từng gốc cây ngọn cỏ,
Mẹ gọi dậy từng hòn đá lòng sông.
Dậy đi em hỡi non sanh nước Việt.
Vươn vai lên cho đất nước nở hoa.

Gọi nhau về với cơm no áo ấm,
Đón nhau về trong hạnh phúc đoàn viên.
Khắp thôn làng hoan ca theo nắng mới,
Sống bên nhau trong nguồn cội Việt Nam.

Mùa xuân 2013
Bảo Giang

Đất nhà nam

Mảnh đất nhà nam nhớ buổi nào,
Hồ về lẫm liệt mảnh cờ sao,
Ruộng đồng phút chốc tanh mùi máu,
Phố xá nghênh ngang mấy gã Tào.

Phát lệnh quần hồng mở đấu tố,
Vạn ngàn dân Việt gặp trăng sao.
Tang thương cả nước không đường sống,
Mảnh đất quê xưa khóc nghẹn ngào.

Tết 90
Bảo Giang

Nước mắt ngày đi (2)

Ngày ta đi mây gào gió thét,
Nước mắt trào tiếng khóc như mơ,
Khóc quãng đường tuổi thơ ngày trước,
Nhớ mái nhà, bến nước hôm nao.

Ta vẫn đi, đi vào quãng vắng,
Chẳng bến bờ, chẳng bóng người thân.
Ngửa nhìn lên, trời sao lấp lánh,
Ngó xuống chân, chỉ thấy lớp bùn.

*
*   *

Ta bước đi, ước ngày mai sáng,
Ta trở về, với nắng quê xưa.
Dựng lại nhà với bao nguyện ước,
Cho người sau bước tới yên vui.

Này trẻ thơ, tuổi em vừa lớn.
Ta dặn em vững bước giang sơn,
Và giữ lấy lòng tràn mộng ước,
Giữ cho đời, cho nước bình yên.

Để cho người hưởng niềm vui mới,
Giúp cho đời bước tới yêu thương.
Xóa tan đi tấm gương dơ bẩn,
Của bọn người bán nước buôn dân.

*

*   *

Hôm tôi đi ánh trăng còn sáng,
Gió nhẹ về buốt giá tim non.
Nhìn phía trước, một con đường vắng,
Phía sau lưng, chẳng thấy ánh đèn,

Ngoài xa kia con thuyền sẽ đến,
Đưa ta đi chẳng hẹn ngày về.
Và chẳng hẹn đường đi, bến đỗ,
Có chăng là sóng vỗ, biển khơi.

Đường hôm ấy, mưa rơi lất phất,
Phố xá chìm trong giấc ngủ yên,
Trong lòng tôi muôn ngàn dấu hỏi,
Bước trên đường gió thổi hơi sương.

Qua cánh đồng, thêm ngàn lưu luyến,
Tôi dừng lại, bước đến ven sông.
Rồi nhìn xuống đôi chân không dép,
Tiếng thét nào tan vỡ trong mây?

*
* *

Kìa trường giang mênh mông, sóng vỗ,
Gió thổi về lạnh cóng đôi chân.
Theo dòng nước muôn ngàn lớp sóng,
Đuổi theo thuyền dưới nắng nhấp nhô.

Lòng người đi bước vào sao xuyến,
Khi ánh mắt tìm đến bên nhau.
Cuộc ra đi, sao mà lặng lẽ,
Chẳng ai dừng, hay nói đôi câu.

Từ ngoài xa con thuyền đã đến,
Đây dòng nước cuốn nhẹ dưới chân.
Đưa ta lên con đường viễn xứ,
Nó ra đi chẳng hẹn ngày về.

Việt Nam ơi, giã từ non nước,
Ta bước đi những bước nghẹn lời.

*

* *

Khi nắng mai vươn lên tầm mắt,
Thuyền giáp bè, người dắt díu nhau,
Họ lên thuyền như làn sóng cuốn.
Rồi đan tay rời bỏ quê hương.

Ôi Việt Nam ngàn đời thương nhớ,
Từ nơi đây ta được sinh ra.
Những tưởng rằng bên nhau mãi mãi,
Nay cộng vào đành phải chia tay.

Nước non ôi, đây ngày cách biệt,
Ta ra đi chẳng biết ngày về.
Trong đau thương lúc xa rời bến,
Xin gởi lời, chào nước non côi.

Việt Nam ơi, mấy lời từ giã,
Hẹn một mai ta sẽ về đây.
Mừng nắng mới trong ngày họp mặt,
Cho muôn nhà sống lại tin yêu.

Này cánh hoa mới vừa hé nở,
Ta hái về và gởi cho em.
Ước mộng là ngày mai nắng mới,
Đường quê ta sống với yên vui.

*

*   *

Rồi con thuyền bập bềnh trên sóng,
Cùng đoàn người quảy gánh ra đi.
Ngàn gió lộng đổ về theo sóng,
Cho lòng người lạc bóng trong mây.

Ngó về nam ruột đau như cắt,
Giữa lòng thuyền nước mắt rưng rưng.
Đường từ đây đã như vô định,
Lạc giữa trời chẳng biết về đâu.

Cao xanh ơi nhiệm mầu huyền bí,
Là chứng nhân cách biệt một đời.
Sao không cho nước tôi họp mặt,
Mà chia tay nước mắt giữa đời.

*

* *

Khi biển lớn hiện ra trước mặt,
Tôi ngước nhìn những đợt sóng nhô.
Thuyền theo gió vươn lên ngọn sóng,
Cho từng người bước tới non cao.

Rồi lặng lờ đâm lao xuống vực,
Để cho người thổ thốc mật xanh.
Ôi quê hương, nghìn năm đã khuất,
Trong lòng thuyền, nước mắt cho nhau.

Hỏi ngày mai về đâu sau nắng,
Biển yên bình, hay sóng nổi lên?

1-2001

Bảo Giang

Tiếng sáo trong đêm

Kìa ngọn sóng vươn lên cuối nắng,
Gió theo về với đám mây xanh.
Rồi đan tay chung dòng nước cuốn,
Cho biển dài vươn tới chân mây.

Gởi về đây với ngàn cánh én,
Chúng đua nhau lượn khắp khung trời,
Như báo hiệu một ngày vui mới,
Cho người người nhập cuộc ra khơi.

*

*   *

Kìa con thuyền bập bềnh trên sóng,
Qua bốn mùa mà chẳng nghỉ ngơi.
Nó vì người, uốn mình theo sóng,
Cho tiếng đàn trầm lắng chơi vơi.

Này khúc ca với ngàn thân ái,
Đây tiếng đàn réo rắt lên cao.
Nay chung hòa vào lòng biển vắng,
Cho gió nhẹ thoang thoảng hương xa.

Đưa ta về với nguồn sống mới,
Cho non nước bước với trăng thanh.
Chung cảnh thuyền mong manh vượt sóng,
Như đàn cò vỗ cánh trên nương.

*

*   *

Kìa, bao người trong đêm chờ sáng,
Tay trong tay vội vã lên đường.
Mong ngoài xa có làn nắng mới,
Xóa tan đi bóng tối trong đêm.

Em gắng chờ bình minh sẽ tới,
Ta mời em lên với trăng sao.
Ta hòa mình vào trong tiếng hát,
Cho tiếng cười rộn rã dâng cao!

Ôi yên vui tại sao chẳng đến,
Khi chiến tranh đã hết từ lâu.
Để bao người chết trong chờ đợi.
Để muôn người bỏ nước xa quê.

Kìa con thuyền trong đêm mưa gió,
Giữa sóng gào tách bến xa nam.
Đường tàu đi với ngàn cách trở,
Chẳng bến bờ, dễ tới nhà lao.

Lòng người đi một lần ký thác,
Mặc bão tố, sóng dạt, biển khơi,
Hoặc trên đường A, K chờ sẵn,
Người này ngã, người khác lại đi.

*

* *

Ôi, con thuyền vượt biên không lối,
Đến cái mủng cũng muốn ra khơi.
Cho ước mong lững lờ trên sóng,
Có một ngày được sống Tự Do.

15/01/2001

Bảo Giang

Chuyện đất nước tôi

Quê tôi, hai mươi năm chinh chiến,
Nắng chưa lên nước mắt đã rơi,
Lúc chiều xuống tưởng đời êm ả,
Có ai ngờ tiếng khóc lại vang.

Kìa làng thôn khăn tang khắp lối,
Nơi thành thị sớm tối tụng kinh.
Chẳng mấy nhà còn nguyên hình dáng,
Cho nghĩa trang, tượng đá thành hàng.

*
*   *

Rồi hôm nay hòa bình chợt đến,
Người nhìn người ánh mắt như sao.
Mẹ chờ con, ra vào trước ngõ,
Vợ đợi chồng, nước mắt vòng quanh.

Rồi Người về niềm vui chưa đến,
Đã lên đường tìm bến nhà lao,
Bởi lệnh ra, anh vào cải tạo,
Cho cả nước đón vạn tang thương.

Sau chiến tranh, tiếng cười chẳng đến,
Người gặp người chỉ nhắc chữ đi,
Đi cho xa, xa nhà, xa nước,
Quê hương ơi, những bước nghịch đời.

*

*   *

Từ bảy lăm cảnh đời tan tác,
Bao con thuyền tách bến xa quê.
Không một lần quay về hướng bắc,
Tất cả là tuôn đổ sang tây.

Nắng gió gào, với ngàn cách trở,
Người ra đi, đi với cơn mơ.
Mà triệu người vẫn chờ trên bến,
Lòng dặn lòng chỉ một chữ đi.

Người ra đi ước gì tới bến,
Mà chẳng biết sẽ đến nơi đâu.
Như đàn chim vỡ đàn, tan tổ,
Mặc cho trời sống chết, về đâu?

Khi xa quê lòng đau dao cắt,
Bước ra đi, nước mắt chảy tràn.
Bởi làng quê gặp loài cộng sản,
Nên người người đều muốn tránh xa...

*

* *

Cao xanh ơi xin Ngài thương đến,
Bao con thuyền như chiếc lá trôi,
Nay ven sông, chiều mai giữa biển,
Chỉ mong được một chữ Tự Do.

Thu, 1986

Bảo Giang

Hẹn ước hòa bình

Rồi một mai hòa bình sẽ tới,
Ta mời em lên với trăng sao.
Ta đan tay đi trong tiếng hát,
Cho lòng người rộn rã lên cao.

Rồi ở đó hòa bình sẽ tới,
Và chiến tranh chết chóc lụi tàn.
Đường quê ta chan hòa nắng mới,
Người dân Việt sống với yên vui.

*

* *

Ôi hòa bình, tại sao không đến,
Khi chiến tranh đã hết từ lâu.
Cho bao người ôm sầu lẻ bóng,
Cho muôn nhà sống với tang thương.

Người ngồi chờ, yêu thương chẳng đến,
Bước lên thuyền tách bến ra khơi.
Rồi bước vào trong đêm mưa gió,
Theo sóng trào ly biệt cố hương,

Ngày ra đi với ngàn cách trở.
Nước mắt rơi, nhỏ xuống giữa nhà.
Mà triệu người vẫn chờ đêm tới,
Chờ bóng thuyền là bước theo mây.

Có phải vì, giặc hồ bán nước,
Hay tại người, dép lốp vô nam.
Đạp cho dân muôn ngàn thống khổ,
Đẩy muôn nhà vào cảnh ly tan?

*

* *

Kìa con thuyền vượt biên không lối,
Dưới trăng mờ, sớm tối về đâu?

Người ra đi, vào lòng biển cả,
Chẳng mong gì ngoài chữ Tự Do.
Đường ra đi dẫu ngàn gian khó,
Đến bến bờ chẳng phải quê cha.

Chiều năm tư, một lần đã quyết,
Hàng triệu người, bỏ bắc vào nam.
Những tưởng là yên vui từ đó,
Có ai ngờ lại phải xa nam.

Ôi quê hương, có là cách biệt,
Ta ra đi chẳng biết ngày về.
Bởi yên vui ở đây đã hết,
Việt cộng vào, người chết xa quê.

2020
Bảo Giang

Nhớ Mẹ

Mẹ ơi
Tết này con vẫn chưa về,
Chân đã mỏi tóc kề màu xương.
Mà nhìn đời đôi tay vẫn trắng,
Biết bao giờ về đến quê xưa?

*

*   *

Nhớ hôm nào, khi con cất bước,
Nhìn đường dài tưởng cuộc vui chơi.
Có ai ngờ đường đời trôi nổi,
Mỗi bước đi là nối chia lìa.

Rồi chiều nay ngồi nhìn nắng gió,
Nhớ quê xưa nước mắt rưng rưng.
Cõi trăm năm tưởng chừng vô tận,
Có ai ngờ nó đến sau lưng.

Ngày lên hai con rời đất bắc,
Tuổi lên mười vui hát trên sân.
Mấy ai ngờ chiến trường sẽ đến,
Để anh con đi mãi chẳng về.

Mẹ ở nhà dầm mưa dãi nắng
Theo lúa mùa sớm tối nuôi con.

*

*   *

Rồi bao đêm, bên đèn chờ đợi,
Con vẫn nhớ lời Mẹ sớm hôm.
Khi con lớn là người vì nước,
Hãy kiên tâm vững bước trên đường.

Đời một người đem thân vì nước,
Ta sẽ gặp nhiều bước hiểm nguy.
Không vì thế mà quy, mà lụy,
Nhưng hãy bước, vững chí kiên tâm.

Này là nhà của cha của mẹ,
Đây chính là tổ quốc của con.
Cha ông ta ngàn năm gánh vác.
Nay tới con phải nhớ chu toàn.

Lằn ranh này, ngàn năm đã quyết,
Phải một lòng sắt đá kiên trung,
Ta không được chia nam xẻ bắc,
Không được làm ngăn cách núi sông.

*
*   *

Nay chinh chiến mỗi ngày thêm gắt,
Bao người đi chẳng thấy quay về,
Muôn sóng gió trên đường cứ đến,
Để cho mẹ trông sớm đợi khuya.

Kìa cây mai, cánh hồng trước cửa,
Đã mấy mùa hoa nở đi qua,
Mặc gió lùa xác sơ cành lá,
Hoa vẫn nở, mở ngõ yêu thương.

Tội cho mẹ sớm hôm thao thức,
Cho mái dầu bạc trắng như vôi.
Lại đêm về chẳng ngơi nhung nhớ,
Mà đường trần khó gỡ đau thương.

Mỗi ngày qua cuối đường nắng tắt,
Vẫn bóng người thấp thoáng trên sân,
Mà hình hài chẳng còn như trước,
Bởi dòng đời vội bước qua mau.

*
* *

Còn lại đây, hình hài đã đổi,
Với bước đi, chân nhấc không đều.
Đôi mắt loà, nhìn đời chẳng rõ,
Cây lá đỏ, hay cánh mai vàng.

Nghe tiếng con vẫn còn vắng nó,
Bà lại hỏi sao nó chưa về?
Ở ngoài kia, trên đê nắng tắt,
Cảnh trong nhà, mẹ thắt cơn đau.

2001
Bảo Giang

Ngày tết xa quê

Kìa người đi hứa ngày trở lại,
Để cho ta thức với ánh đèn.
Sáng như chiều trông vời ra ngõ,
Mà tháng ngày chỉ thấy thinh không!

Bởi nơi đây vẫn ngăn cách trở,
Mảnh cờ đỏ liềm búa dơ cao.
Người vào ra, chẳng câu chào hỏi,
Dân thương đau, nuốt lấy nghẹn ngào...

*

* *

Tôi đã đi, xa trời đất Việt,
Xuân lại về trí nhớ trẻ thơ.
Nhớ ngày xưa, nhớ thời mới lớn,
Nhớ quê mẹ, nhớ tới thôn làng.

Sau bao năm giữa trời đất mới,
Mà lòng người vẫn nhớ khôn nguôi.
Những tưởng rằng đôi ngày sẽ hết,
Mấy ai ngờ nó chết trong tim!

Nay Xuân về với nghìn trăn trở,
Thêm đường dài dang dở cuộc vui.
Dĩa dưa hành, cây nêu pháo đỏ,
Với bánh chưng, lời chúc là chi.

Bởi quê hương, chính là nỗi nhớ,
Ta nhớ nhà, nhớ mẹ, nhớ cha.
Nhớ xóm làng, nhớ ngôi trường cũ,
Nhớ ước mơ, nhớ những nụ cười.

Ta mong về, tết nơi quê mẹ,
Ra đình làng, học múa tập ca.
Ta sống lại đôi ngày thơ ấu,
Bưng chén trà rót rượu cho cha.

Quê hương ơi, em là tất cả,
Nơi ta sinh, nặng nợ một đời.
Những tưởng rằng mai trời nắng ấm.
Có ai ngờ cộng đến, ngăn đôi.

*

*   *

Tôi vẫn nhớ, đình vang tiếng trống,
Đêm giao thừa mở bánh chưng xanh.
Nghe pháo nổ vang vang trước ngõ,
Đón xuân về êm ấm xóm làng.

Nay ngày tết, sao mà cảnh vắng,
Ly rượu tràn chẳng bóng người thân.
Sáng tới chiều vào ra thơ thẩn.
Biết tìm đâu cho thấy tương lai.

Quê hương ơi, muôn ngàn cách trở,
Nước mắt tràn ta nhớ ngày xuân.
Làng thôn xưa hoa Vàng khoe sắc,
Cho tiếng cười vang khắp non sông.

2007

Bảo Giang

Trường xưa

Nào đứng lên đan tay ta bước,
Ta trở về thăm mái trường xưa.
Nơi cho ta những ngày thân ái,
Nơi cho ta tiếng hát vào đời.

Này niềm vui khi ta vừa lớn,
Đây bạn bè với tiếng oanh ca.
Kìa thầy cô đan tay chung bước,
Cho tiếng lòng, nhịp hát vang vang.

Đưa ta vào bài ca đất nước,
Cho ta nhớ, những đấng anh hùng.
Họ một đời, đem thân vì nước,
Cho đất mẹ tiến bước ca vang.

*

* *

Tôi xa quê từ chiều tám mốt,
Nay tuổi đời đã nặng trên vai.
Cho hình hài chẳng còn như trước,
Chỉ một điều vẫn nhớ quê xưa.

Nhớ hàng cây bên bờ suối vắng,
Nhớ khu vườn với nắng trên cao,
Ta đan tay đi tìm bóng mát,
Cho tiếng cười tan vỡ trong mây.

Nhớ ngày đi lòng ta đã hứa,
Mai sẽ về đón nắng quê xưa.
Bên mái trường khi vừa mới lớn,
Với mái nhà có tiếng mẹ cha.

Có ai ngờ, ngày dài ra mãi.
Ta vẫn đi mà chẳng đến nhà.
Khách năm xưa chừng như cũng vắng,
Cho đường trần, chẳng thấy nở hoa.

2020
Bảo Giang

Đường ta đi

Dậy đi em, người vì tổ quốc,
Hãy đứng dậy đi với non sông.
Kìa bóng nước trên dòng vẫn chảy,
Con đò chiều đã lướt nhẹ qua.

Đường nam bắc mong ngày mai sáng,
Cho đỉnh trời kết nối tâm tư.
Đường ta đi bước cùng sông núi,
Như ngọn đuốc mở lối cho đời.

Mai đất trời xuân thu sẽ đến,
Đây dòng đời vọng tiếng vang vang.
Một ước nguyện ngàn năm chẳng đổi,
Đất phương nam sống với nắng vàng.

9-6-2013
Bảo Giang

Cảnh sống

Hè về cánh phượng đua nhau nở,
Thu đến lá vàng nhắc biệt ly.
Trên cao cành hoa đỏ như máu,
Dưới thế ve than gọi nắng hè.

Đông đến hoa tàn theo lá đỏ,
Xuân ơi, mai có nở hay không?
Đường nam cỏ mọc, hoa lá rụng,
Đất bắc tang thương nuốt lệ ròng.

2009
Bảo Giang

Cuộc bể dâu

Rằng chinh chiến theo vầng nhật nguyệt,
Phận con người chẳng kể thắng thua.
Sáng ra đi vui đùa với nắng,
Lúc chiều về giận đắng cơn mưa.

*

*   *

Đời người trên bến cô liêu,
Kẻ đi ra biển, người về rừng sâu.
Ngửa xem một cảnh rừng dâu,
Hai bên nước chảy biết đâu là bờ.

Giữa trời cánh nắng bơ vơ,
Mưa kia nhỏ xuống trên bờ đau thương.
Người đi nước mắt còn vương,
Kẻ về gượng bước trên đường năm xưa.

Một đời dãi nắng dầm mưa,
Ai ngờ con tạo vẫn chưa hài lòng.
Để cho nam bắc long đong,
Vào đường chinh chiến cõi lòng ngẩn ngơ.

Người đi cho nước vỡ bờ,
Kẻ về nối tiếc bóng cờ trên cao.
Bao nhiêu lửa máu dâng trào,
Bấy nhiêu ước nguyện tan vào hư không.

Giận trời trách đất là không,
Nay bàn tay trắng còn trông mong gì.
Đường nào sẽ gánh ta đi,
Lối về quê cũ còn ghi vạn sầu.

Một đêm trắng bạc mái đầu,
Ngửa lên chỉ thấy mây sầu như tang.
Người dân nước mắt hai hàng,
Nhìn sang đồng đội lửa càng tang thương.

Hôm nào tay súng biên cương,
Chiều nay nước mắt vương vương nghẹn ngào.
Tìm đâu dấu tích anh hào,
Về đâu những cánh mai đào năm xưa.

Một đời dãi nắng dầm mưa,
Chiều nay nước mắt đong đưa nửa vời.
Hôm nao góc bể chân trời,
Ngày về thôi đã một thời đang qua.

Cuộc hành trình đi quá xa,
Về trong đáy mắt còn là tang thương.
Ngày đi bao hàng lệ vương,
Lối về tay trắng đôi đường phân ly.

Đường nào sử ký sẽ ghi,
Lời nào núi đá khắc ghi cho đời.
Phải chăng ta chẳng phùng thời,
Có chăng nước đã đến thời suy vi.

Cho người tan tác chia ly,
Cho nhà cho nước phân ly nhịp cầu.
Gớm thay một cuộc bể dâu,
Xóa tan dấu vết công hầu năm xưa.

Còn chăng cơn lốc trong mưa,
Còn chăng tiếng thét giữa mùa binh đao.
Kìa ai mũ áo chiến bào,
Kia ai tiếng hát đi vào tang thương.

Về đâu tiếng gọi lên đường,
Còn đây tiếng hát cuối đường tàn binh.
Về đâu trang sử anh linh,
Còn đây người lính trong hình hôm nao.

Ngày đi nắng với lên cao,
Chiều về nước mắt thấm vào đường non,
Còn đâu dấu tích tiên long,
Về đâu tiếng hát trên dòng trường giang.

Về đâu cánh én bên đường,
Tìm đâu tiếng sáo trên đường quê ta.
Nửa đời một giấc mơ qua.
Ngày về áo rách cho hoa ngậm sầu.

2024
Bảo Giang

Hương Quê

Mẹ ơi con nhớ năm xưa,
Những chiều nắng ấm giặc chưa về làng.
Đất trời hai chữ bình an,
Con trong tay mẹ nhịp nhàng thảnh thơi.

Lam chiều nhìn khói lên khơi,
Cha con đã sẵn rượu mời nhân gian.
Gởi người đi giữ giang san,
Về đây áo rách áo lành bên nhau.

Anh em đan xiết tay nhau,
Cho nhau tiếng hát, trao nhau nụ cười.
Bỗng đâu một cuộc đổi dời,
Cuối chiều súng nổ lửa khơi hận sầu,

Ngoài kia cộng phỉ cầm đầu,
Phá làng đốt xóm cúi đầu thờ Mao.
Trong làng tiếng nói xôn xao,
Người đi vì nước lời chào vang vang.

Tiễn người gió núi vang ca,
Tiễn người vì nước đan tay diệt hồ.
Sân trường lũ trẻ cũng hô,
Tiễn anh lính chiến triệt hồ lập công.

Đình làng vang nổ pháo bông,
Chào cô thiếu nữ tiễn chồng lên khu.
Mai kia sẽ hết mây mù,
Làng ta lại sẽ xuân thu với đời.

Cầu cho gió thuận lòng trời,
Ngày mai đất nước qua thời lửa binh,
Người về bên mái nhà xinh.
Cùng em gái nhỏ tự tình như mơ.

Một ngày lụa kết nên tơ,
Lửa binh đã hết tình thơ mang về.
Ta về sống với làng quê,
Tình thơ muôn thuở, ta kề bên nhau.

Dẫu rằng mưa nắng, cơm rau.
Cảnh nhà êm ấm nghìn sau an lòng.
Bên trời nắng rạng phương đông,
Chiều hôm trăng điểm, phấn hồng gởi anh.

2020
Bảo Giang

Tết ngày xa xứ

Xuân lại về đây trong nắng mới,
Cho ta thao thức với năm dài.
Ngày đi, ta hứa ngày trở lại,
Mà đến bây giờ vẫn là không!

Có phải người đi quên lời hứa,
Hay là thời cuộc chẳng xuay vần.
Đường quê vẫn cảnh vung liềm búa,
Dân Việt đau thương nuốt nghẹn ngào.

*

* *

Ta xa quê từ chiều tám mốt,
Ta nhớ về ký ức tuổi thơ.
Kìa những chiều thảnh thơi bên mẹ,
Đây bao ngày sách vở trên tay.

Nay xa rồi những ngày tháng ấy,
Sống xa quê đôi lúc nghẹn ngào,
Ngày tết về thêm ngàn vương vấn,
Nhìn đường chiều lại thấy xót xa.

Ai cũng biết đây ngày tết đến,
Với dưa hành, pháo đỏ, bánh chưng.
Người xa quê chỉ còn nỗi nhớ,
Nhớ tiếng cười, tiếng khóc của ta.

Nhớ tết về có cha có mẹ,
Có họ hàng, cậu mợ thân yêu.
Ta được sống những chiều thơ ấu,
Ta được nói, tiếng nói thân thương.

*

* *

Nay xa quê cảnh trời cũng khác,
Biết tìm đâu tiếng hát tuổi thơ?
Ôi, quê hương nghìn mơ đã khuất,
Ráng đỏ về chất ngất khổ đau.

Nay ngày Xuân, đường xa gió lạnh,
Cảnh nhà xưa chẳng cánh mai vàng.
Người nhìn người thêm hàng nước mắt,
Nhớ quê xưa tiếng hát nửa vời.

Đường ta đi, bao giờ trở lại,
Để ta về bên gối mẹ cha?

2015

Bảo Giang

Chiều quê

Chiều về bên mái tranh quê,
Cha tôi vui sống với nghề làm nông.
Đồng xanh lúa chín thơm nồng,
Hoàng hôn ngả bóng trên đồng mênh mông.

Ngôi nhà nấp bóng ven sông,
Vào ra ánh mắt ấm lòng tuổi thơ.
Mỗi ngày là một giấc mơ,
Nắng mưa sẵn có bến bờ ẩn thân.

Nơi đây thôn xóm ân cần,
Vào ra tiếng nói kề gần bên ta.
Ở đây chẳng có xa hoa,
Chiều quê thôn xóm thuận hòa tương thân.

Dẫu trời có nổi phong vân,
Nơi đây đã có tình thân xóm làng.

2022
Bảo Giang

Cảnh xưa

Quê hương tôi cuối chiều lộng gió,
Nước đổ về bên mấy hàng tre.
Kìa những buổi trưa hè nắng cháy,
Người bên người tiếng nói như thơ.

Đây dòng nước còn ghi ngày tháng,
Thời học trò, trẻ đến nơi đây,
Chúng đuổi cá trên dòng suối vắng,
Bao tiếng cười vọng tới lưng mây.

*
*   *

Đường quê tôi êm đềm dưới nắng,
Đây đình làng với bóng trăng thanh.
Trên hàng cây chim đàn đan cánh,
Ríu rít mời khách đến đan tay.

Kìa sân trường măng non tắm nắng,
Chúng tung tăng như én gọi đàn.
Nay về đây sớm hôm đèn sách,
Mai lớn khôn em sẽ giúp đời.

Em sẽ đi mỗi người một ngả,
Kẻ cày cuốc, gió nắng trên nương.
Người ven sông, lên đường sớm tối,
Lại có người bước tới biên cương.

Bởi chiến trường như chờ như đợi.
Cho lòng người bước tới thênh thang.

*

*   *

Đây phương nam xóm làng êm ấm,
Tháng năm dài gió mát trăng thanh.
Vang trong mây là ngàn tiếng hát,
Nắng trên đường tiếng pháo vang vang.

Chợt một ngày sân trường như vắng,
Cho lớp trẻ áo trắng lo toan.
Nhìn thầy cô với bao bạn cũ,
Bước theo nhau cách biệt mái trường.

Người ra đi chưa quay trở lại,
Chỉ mong ngày đất nước yên vui.
Cho người về bên dòng suối mát,
Trẻ đến trường như tháng năm xưa.

Bỏ quên đi muôn ngàn cay đắng,
Của những ngày mưa nắng chiến tranh.
Chiều em về bên song, bến nước,
Sống giữa đời nhịp bước nên thơ.

Em ca hát bên đồng lúa mới,
Chị ngân nga vui dưới ánh vàng.
Tay trong tay lướt ngàn mây gió,
Vang sân đình tiếng sáo hoan ca.

Đây con đường với ngàn tiếng hát,
Kia chim trời vỗ cánh lưng mây,
Chiều lại về với làng với xóm,
Cùng ríu rít trên khóm tre xanh

Làng thôn ta nối ngàn thanh thản,
Tiếng hát hò vọng tới chân mây
Trên đỉnh trời ánh vàng soi nắng ,
Nơi đình làng chiêng trống vang vang...

*

*   *

Nay cộng về thôn làng tơi tả,
Rồi tàu sang nước mắt nghẹn dòng.

2013

Bảo Giang

Bước thời gian

Thời gian ơi, ai chờ ai đợi,
Cho ta về, về với tương lai.
Hai mươi năm có là giấc mộng,
Để ta về nhập cuộc tang thương.

Tuổi đôi mươi vào đường chinh chiến,
Tóc vừa điểm là đến nhà lao.
Cho một đời hai bàn tay trắng,
Nắng mưa về ngựa đá tang thương.

Phận người lính cuối đường tay trắng,
Nước mắt trào cay đắng sau mưa.

*

* *

Ôi, tấm áo khoác ngày mưa gió,
Đây đôi giày gắn bó bên nhau.
Như bạn đường ân cần không đổi,
Bỗng một chiều gió thổi tin ngang.

Cho quê hương vương hàng nước mắt,
Cho muôn người dạ thắt cơn đau.
Những tưởng rằng bên nhau cuối sóng,
Mấy ai ngờ mưa nắng tan mau.

Bao niềm vui vụt tan trong mắt,
Cho từng người đau thắt ruột gan.
Còn lại đây những chiều mưa nắng.
Trong đau thương nhỏ xuống ven đường.

Tủi cho người đem thân vì nước,
Đoạn cuối đường gặp bước ngả nghiêng.

2018
Bảo Giang

Đường ta đi

Dậy đi, non sông chờ em đó,
Ta đứng dậy đi với quê hương.
Kìa bóng nước trên đường vẫn chảy,
Con đò chiều vẫn nhẹ nhàng qua.

Đường nam bắc hướng chờ trời sáng,
Ước đỉnh trời kết nối tâm tư.
Đường ta đi bước cùng sông núi,
Như ngọn đuốc mở lối cho đời.

Rồi người về, xuân thu tìm đến,
Cho đời tràn tiếng hát vang vang.
Người đi, lưu ký vào thiên sử,
Kẻ về, chung bước rạng giang san.

19-6-13
Bảo Giang

Ta đi

Ta đi ngày tháng nghìn năm nhớ,
Người về như nước đợi dòng sông.
Đường đi hôm trước không còn dấu,
Lối về gỗ đá tạc rêu phong!

*

*   *

Ta đi một sớm chiều không nắng,
Đất đã tang thương rặt cỏ hồng.
Nơi ấy ai tìm vào quãng vắng,
Chiều về một bóng lặng thinh không.

Ta đi nắng hạ tràn thương nhớ,
Kẻ bắc, người nam với đông, tây.
Non nước đôi đường ngăn cách trở,
Tìm đâu cho thấy lối trăng đầy.

Ta đi hôm ấy làn mây xám,
Để lại cho em gánh nỗi buồn.
Từng bước vào ra ngàn gió cát,
Nhìn trời ngó đất hạt mưa tuôn.

*

*   *

Người đi ôm ấp tình xưa nặng,
Em đến nơi xa cảnh nhớ nhà.
Thao thức từng đêm làn mắt trắng,
Biết tìm đâu mưa nắng riêng ta.

Ta ước một ngày tan nắng đỏ,
Em về ngày tháng của năm xưa.
Vườn hoa năm ấy đua nhau nở,
Mở lối cho người mở ước mơ.

Ta đi chẳng bước, theo đường cũ,
Một bước lang thang, một bước hờ.
Trời đất nơi đây giờ khác lạ,
Nắng mưa sấm sét chẳng theo mùa.

Ta đi vẫy gọi muôn đồi núi,
Thức dậy đi em, nước biển tràn.
Biển đỏ, ngoài kia toàn máu đỏ,
Về đây nối kết kẻo nhà tan.

*
*　*

Chiều nay một bóng trên sân vắng,
Từng bước ta đi nhắc chuyện nhà,
Những cánh hoa xưa, mai lại nở,
Hay là chỉ thấy mớ cành trơ.

Năm tháng từ đây sao vội quá,
Cho ta thao thức cảnh xa nhà.
Quê hương đã mất cùng năm tháng,
Mất cả tình xưa lắm hẹn hò.

Ta biết ngày đi không trở lại,
Ngồi chờ dưới nắng chẳng thêm hoa.
Bàn chân ấn mạnh trên thềm cát,
Đôi mắt rưng rưng dấu lệ nhòa.

Như tiếng người về ngoài cửa lớn,
Tim ta nở rộ với ngàn mây.
Đứng lên đón lấy ngàn yêu dấu,
Bọt sóng ai ngờ thoáng bụi bay!

Ta gọi thời gian vào quãng vắng,
Rồi chờ rồi đợi trắng đêm thâu.
Ngoài kia mưa gió chung nhau bước,
Thôi nhá kiếp này cuộc rượu say!

*

*   *

Về đâu cho thấy ngày mai thế?
Tất cả là không dưới bóng mờ.
Đi mãi thời gian chờ chẳng đến,
Dòng đời năm tháng lắm hư vô.

Bên ấy còn chăng bờ lũy vắng,
Nơi đây ta nhớ, nhớ quê nhà.
Người đi mưa gió cầu hoang phế,
Cố quốc từng đêm tiếng khóc òa.

Cành hoa năm trước em còn nhớ,
Ta đứng bên nhau dưới bóng tà.
Vương vấn tình thơ là khó ngủ,
Đêm về mơ mộng nhớ nơi xa.

Ta ước ngày mai ta một lối,
Đi tìm ngày cũ với hương xưa.
Cầu mong bên ấy nguyên hình dáng.
Để dấu thương yêu chẳng bụi mờ.

*
* *

Em nhớ người đi từ buổi ấy,
Ta ngồi ta đếm cánh mây trôi,
Người đi, đi mãi không về nữa,
Còn lại nơi đây chiếc ghế dài.

Người ơi, hãy sống cùng năm tháng,
Chớ để hè về lại mất nhau.
Lá úa bên sông, hoa cỏ mọc,
Ngày dài thoáng mắt, lại chim bay.

Theo gió mây đi, ngày trở lại,
Về đây năm tháng với mưa rơi.
Nhớ người, ta khóc mờ đôi mắt,
Bởi lẽ tuổi gia sắp cạn hơi.

Nơi đây đất mới, trời không mới,
Ta đổi cuộc đời với vận thơ.
Nhớ lại ngày xưa, ôi tiếc nuối,
Tìm đâu năm tháng với trăng mờ.

Ta vẽ thời gian vào trí nhớ,
Đem cả hồn thơ gởi tới người.
Ngàn sau còn dấu cơn binh lửa,
Một cảnh nhà Nam lắm lệ trào.

Ta đi như chim xa lìa tổ,
Một buổi xa quê với nghẹn ngào.
Thoáng mắt đời người là quá ngắn,
Trả sao cho hết nợ non cao?

Ta thấy hồn ta bao thổn thức,
Ngày về còn ước bước bên hoa.
Tung tăng đuổi bướm theo từng dấu,
Nào biết ngày dài sắp vụt qua.

*

*   *

Ta đi cho gió vào thương nhớ,
Cảnh cũ còn đây với lệ trào.
Chỉ tiếc thời gian là có hạn,
Thế trần lại đổi lắm phong ba.

Ta hẹn người đi ngày trở lại,
Giữ lòng chẳng thẹn với quê ta.
Dẫu đường hôm ấy là không nắng,
Ta vẫn trở về với cánh hoa.

Ta gọi thời gian vào quãng vắng,
Thiên thu còn đợi ánh trăng vàng.
Ngày đi đã nhắc chừng năm tháng,
Tiếng hát nửa vời đã vội tan.

Ta đứng giữa trời ngàn nắng mới,
Đường Nam cỏ mọc dưới trăng tàn.
Ngoài kia cây đổ ngàn hoang phế,
Gió lách qua rào vết bụi tan.

Ta gọi thời gian ngày tháng cũ,
Về đâu năm tháng của hôm xưa.
Nơi đây còn lại cành hoa nhỏ,
Chẳng dấu trăng sao, chẳng bóng nhà.

Đường đi mỗi bước xa tầm với,
Ngàn sau còn nhớ tới quê nhà.
Nhớ đừng tiếc nuối lần hò hẹn,
Đời người quá ngắn, thẹn nghìn năm!

2010
Bảo Giang

Đường chúng ta đi (2)

Anh với tôi, ta cùng mộng ước,
Ước ngày mai khi bước ta về,
Non sông này sẽ là khúc hát,
Dân nước Việt cất tiếng ca vang.

Từ thành đô đến cùng thôn xóm,
Ta đan tay chung gánh, chung đường.
Ta quy về khung trời nắng ấm,
Cho quê mẹ sống với yên vui.

*

*   *

Ở đây là Hà Tiên, Rạch Giá,
Đường đi qua bến đá Cần Thơ.
Mai anh về Mỹ Tho, Cai Lậy,
Hãy dừng lại kết mấy vần thơ.

Bởi trên cao, mai, đào đã nở,
Tiếng ve chiều khai mở hồn thơ.
Đưa em về Biên Hòa, Xuân Lộc,
Với rừng già đất mới nở hoa.

Chờ ta về khai hoang lập ấp,
Cho non nước bước tới tương lai.
Rồi ta đi đến bờ lũy vắng,
Nắng mưa về Đà Nẵng, Nha Trang.

Kìa Quảng Trị sông Gianh gợn sóng.
Nhắc ai về ngày tháng hôm nao,
Đã một thời rào gai ngăn cách,
Cho từng người ánh mắt đau thương.

Từ nơi đây thẳng đường ra bắc.
Qua Thanh Nghệ ta đến Ninh Giang
Thăm Hòa Bình, Sơn La, Phú Thọ,
Đến Thái Nguyên, Vĩnh Phúc, Hà Giang.

Rời Điện Biên suôi dòng đất Thái,
Thăm Hồng Hà dưới bóng hoàng hôn.
Ta sẽ về Vân Đồn, Vạn Kiếp,
Nhìn ánh lửa cháy sáng trong đêm.

Chẳng bến nào êm đềm xuôi mái,
Đất kinh thành vọng mãi đau thương.
Bởi chiến tranh oán hờn năm tháng,
Biết tìm đâu trăng sáng thênh thang.

Ở nơi nao cũng tràn dấu tích,
Của một thời chinh chiến bắc nam.
Rồi ta về Lai Châu, Bắc Cạn,
Thăm cảnh đồi Yên Bái, Tuyên Quang.

Nối tiền nhân viết trang sử ký,
Gởi cho đời nối chí đi lên.
Ta hẹn nhau viết thêm trang mới,
Gởi cho đời gắn bó yêu thương.

*

*   *

Mai Ta về qua miền Tân Cảnh,
Đến Kon Tum, linh ảnh còn đây.
Đường đất đỏ vẫn tràn dấu tích,
Của bao ngày chinh chiến điêu linh.

Người dân nam như hình với bóng,
Đất quê ta ghi nhớ từng hàng.
Kìa những ngày băng rừng xẻ núi,
Đây thôn xa lưu ký cuộc tình.

Của chàng trai miền kinh, gái thượng
Vẫn nguyên hình với tháng năm xưa.
Cùng sông nước ngàn năm đính ước,
Tay trong tay giữ nước giữ nhà.

Cho quê ta một làn nắng ấm,
Cho vạn đời tiếng hát vang vang.
Ở ngoài kia có là giông bão,
Bước Ta về đất nước nở hoa.

1-2000
Bảo Giang

MỤC LỤC TẬP 8

BẢO GIANG

TÌNH NƯỚC

The Nation's Poetry 9

Tập 9

Ngày Về

Sydney 2025

TÌNH NƯỚC

Tình Nước là câu chuyện của người Việt Nam trong thời chinh chiến, đây cũng là tiếng nói của họ trong ngày thanh bình đối với mảnh đất, nơi họ được sinh ra và lớn lên. Nơi được gọi là quê hương, nơi chôn nhau, cắt rốn của một dân tộc. Nơi, mà con người luôn nhớ về.

Chuyện là thế. Riêng với người Việt Nam, câu chuyện về thanh bình có khi là xa vắng quá. Nhất là vào khoảng cuối thế kỷ 19 và đến quá bán thế kỷ 20. Ở đó, người dân đã phải sống qua từng ngày theo tiếng nổ của đạn pháo, rồi vào đời bằng ánh mắt hỏa châu. Ở đó, có người giã từ trần thế trong đơn côi, trong mảnh đạn. Lại có người ra đi từ lòng phố vì nhát dao mã tấu. Dĩ nhiên, họ đi đâu và về đâu, đều gắn liền với định mệnh sống còn của đất nước. Như thế, dẫu ngày đi thì có, ngày về là… không, họ vẫn đi và vẫn sống trong giấc mơ Tự Do của Dân Tộc, Độc Lập của Tổ Quốc và Công Lý cho con người.

Tiếc là có một thời, sự hy sinh của họ đã được trả bằng sự bội phản của CS khi HCM kéo lá cờ đỏ sao vàng Phúc Kiến lên kỳ đài Hà Nội vào ngày 2-9-1945. Hôm ấy, khi nhìn mảnh cờ sao phất phơ giữa lòng phố, niềm vui của người dân chưa kịp bừng lên sau chiến tranh Pháp - Việt, nước mắt đã vội lăn trào vì bản tin Việt Minh cướp chính quyền.

Tại sao lại có bản tin truyền đi trên đài phát thanh là Việt Minh cướp Chính Quyền? Việt Minh là ai? Cộng sản là cái tổ chức gì thế?

Mặc cho mọi người trắng mắt dò hỏi nhau, vẫn không có một câu trả lời nào cho rõ nghĩa. Chỉ thấy sau lời ca "*thề phanh thây uống máu quân thù*" của chúng vang lên là hàng vạn nhà ra tro, hàng vạn người dân không cơm, không áo và hàng vạn vạn người khác lìa đời. Người ra đi, nước mắt không kịp trào, tiếng khóc không kịp vỡ để hòa với đau thương. Chỉ thấy vươn lên theo lời ca là đường mã tấu trong tay Hồ chí Minh chém xuống. Bao làng thôn, rồi phố phường VN ngã xuống. Kế đến từng đoàn, từng toán quân Tàu ô vượt biên giới, nhập vào đoàn quân được gọi là Việt Minh. Thật nhanh, chúng nắm lấy vai trò lãnh đạo và mở ra chiến trường trên đất Việt để giết người Việt.

Vậy, Cộng Sản, Việt Minh là ai hay là cái gì?

Người ta không phải chờ đợi lâu. Chỉ trong vòng 2, 3 năm từ 1953-1956 đã có hơn 172,000 người dân miền bắc mất mạng, và mất tất cả tài sản vì cái mã tấu của Hồ chí Minh trong mùa chúng gọi là đấu tố, và hàng trăm ngàn người khác bị đưa vào chốn tù lao, không ngày về. Như thế, đây đã là câu trả lời rõ nghĩa cho câu hỏi CS, Việt Minh là cái gì chưa?

Nếu chưa, hãy nhìn xem cảnh lang thang đầu đường xó chợ của những gia đình bị đấu tố, mà tiêu biểu là trường hợp của gia đình bà Phạm thị Nhu, sau này là vợ của nhà thơ Hữu Loan, tác giả của Màu Tím Hoa Sim, một sỹ quan cấp bậc thiếu tá trong đoàn quân Cứu Quốc, thì sẽ biết CS là cái loài gì.

Mà không riêng một Hữu Loan, còn rất nhiều người trong đoàn quân Cứu quốc bị áp đặt số phận bi thảm như thế. Điển hình là gia đình bà Nguyễn thị Năm (Cát Hanh Long) người đã che chở, bỏ tiền túi ra nuôi nấng, che chở, không chỉ một, mà là hàng chục, hàng trăm những tên cán bộ cs. Lúc ấy, ai hay chúng là kẻ phản trắc dân tộc này.

Khởi đầu, những tên tuổi như Phạm văn Đồng, Trường Chinh, Võ Nguyên Giáp, rồi Hoàng văn Hoan, Lê văn Lương, Nguyễn chí Thanh... đã từng gọi Bà là bà cố, rồi mẹ mẹ, con con... Chúng đã từng ăn chực nằm chờ, được bao che, ở nhà bà trong thời gọi là kháng chiến.

Kết quả, hai người con trai của bà, sau hơn mười năm lao khổ trong kháng chiến với khát vọng Tự Do cho dân, Độc Lập cho đất nước. Họ không chết trong chiến tranh, nhưng lại chết vì bản án thành phần của Hồ chí Minh. Phần bà cũng không có ngoại lệ. Chúng đã giết bà để mở đầu cho cuộc cướp của giết người mà chúng gọi là mùa đấu tố. Kết cục, sau cuộc giết người cướp của, HCM nổi phình lên với lời vô đạo của Y "*đây là một chiến thắng long trời lở đất*" .

Ngược chiều với dòng chảy hôi tanh mùi máu ở miền bắc do HCM tạo ra. Miền nam với Ngô đình Diệm đã mở ra bữa tiệc chiêu đãi con người từ bốn phương quy về. Ở nơi đây, từ những con thuyền nhỏ bé hay lớp bè vượt sóng đến nam đều trở thành bài ca vang, ngọt ngào Tình Nước.

"Đây có đoàn người dân di cư,
vang câu hát tình quê dạt dào.
Quyết phá rừng phá đồi hoang sơ,
để nuôi sống mầm Tự Do...

Em gái bắc Ninh, anh trai Biên Hòa,
Em đất Thanh Nghệ, anh nhà Cà Mâu.
Đồi nương thương sức cần lao.
Xe duyên Nam Bắc ngọt ngào tình yêu, ngọt ngào tình yêu. (Đất Lành, Phạm đình Chương)

Từ đó, có thể nói miền nam đã có một thời yên vui trong cảnh nhà không cần then cài, ra đường không gặp trộm cướp. Từ thành thị đến nông thôn đều như trẩy hội. Nơi đây là tiếng hát trẻ thơ đến trường. Xa kia, bước chân người trên phố, đến công xưởng hay ra đồng vui tay cày, tay cuốc. Tất cả đều rộn rã, vươn mình vào vận hội mới của non sông.

Tiếc rằng, niềm vui chẳng tày gang, con ác tà vụt đến với miền nam vào ngày 01/11/1963. Hôm ấy, nó không chỉ sát hại bản thân Tổng Thống Diệm và nền Cộng Hòa, nhưng còn là đẩy nhà Việt Nam vào đường khốn cùng trong tay cộng sản sau này.

Chẳng bao lâu sau ngày 1/11/1963, từng đoàn môlôtôva của bọn đánh thuê cho Tàu, cho Nga, kéo vào nam, mở cuộc chiến (theo chính lời Lê Duẩn, người lãnh đạo cuộc chiến ấy tuyên bố: *Ta đánh Mỹ là đánh cho Liên Sô, đánh cho Trung quốc*... Như thế đủ chứng minh với lich sử, chúng là kẻ đánh thuê, chém mướn cho ngoại bang chưa?

Tử đây, nhà Việt Nam không còn một phút yên bình. Bởi qua đường hạ Lào, chúng đưa người vào nam, gây nên cuộc máu lửa. Cũng từ đây, bom đạn cày xéo nhà Việt Nam mỗi lúc một khốc liệt hơn.

Không còn một con đường, một dòng sông, một khe suối nào mà không có xác người Việt Nam nằm xuống, hay bị dìm sâu bởi bàn tay của Việt cộng hay đạn pháo. Và rồi, ngày tang thương 30-4-1975 đã đến. Đến trong máu và nước mắt của Việt Nam.

Đây đã và còn là ngày mà tiếng khóc của người dân Việt Nam không vơi cạn. Đây cũng chính là hình ảnh mà cụ Ức Trai đã nhìn thấy từ mấy trăm năm trước. Cụ viết:

"Bọn gian tà (CS) bán nước cầu vinh,
Nướng dân đen trên ngọn lửa hung tàn,
Vùi con đỏ xuống dưới hầm tai vạ.
Dối trời lừa dân đủ muôn ngàn kế....
Độc ác thay, trúc Nam sơn không ghi hết tội,
Dơ bẩn thay, nước Đông Hải không rửa sạch mùi...

Chuyện đất nước ta là thế, nên người Việt Nam lại

phải lên đường. Họ ra đi, bằng trăm cách, trăm vẻ khác nhau. Xem ra, không còn một nhánh sông hay bờ biển nào của Việt Nam lại thiếu dấu chân của người Việt Nam bỏ nước ra đi. Những chuyến đi đong đầy nước mắt và sự chết. Từ xưa, người đi gặp nạn vì phong ba bão táp. Ngày nay, phận người Việt Nam đi tìm Tự Do phải chết trên bờ cạn, trong biển sâu vì đạn Ak, mã tấu của Việt cộng thời hồ chí minh thờ Tàu.

Tuy thế, người đi vẫn đi. Cộng sản sẽ không bao giờ cản được khát vọng Tự Do trong lòng người bỏ nước ra đi, hay còn ở lại. Bởi vì, đó là cuộc sống của nhân sinh...

Ở đây, trong cùng một nhịp thở với con người và đất nước, Tình Nước xin được ghi lại dăm, ba hình ảnh và tâm tình của người Việt Nam trong thời chiến, cũng như ước nguyện của họ cho ngày mai:

"*Nào ta đi cho ngày mai bừng sáng,*
Này ta về cho đất nước hồi sinh!"

Đó là tâm thế của người Việt Nam khi ra đi. Như thế, chuyện ra đi không phải là đoạn kết. Nhưng Ngày Về với quê hương, mới chính là tiếng hát của người Việt Nam đi tìm Tự Do.

Trân trọng,

Bảo Giang Bùi Xuân Vũ

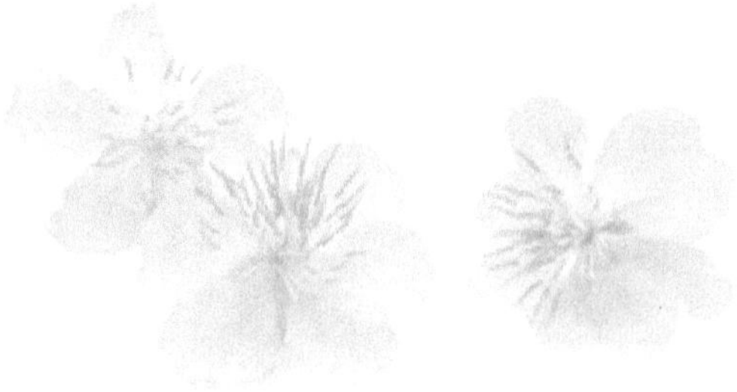

Ngày Về

Ngày về Chúa ơi,
biết bao là hoan ca.
Ngày về Chúa ơi,
tim con đã reo mừng.
Đây ngày về, ngày mẹ dắt con đi,
Từ vực sâu, hay giữa rừng xa thẳm,
Trên đường dài, người người tay nắm tay.
Triệu con tim chung cùng nhịp thở,
Muôn tiếng lòng vượt thoát lên mây.

Ôi ngày về,
Ngày này đời ta khắc ghi,
Ngày này tim ta chiến thắng hận thù.

*

*   *

Ngày về,
Quê hương ơi,
Sao mãi chẳng đến,
Chỉ có quanh đây những dấu nhòa.
Cao Xanh ơi, đây là nước mắt,
Của bao người đã mất quê hương.
Ngày ra đi không người đưa tiễn.
Mong ngày về nước mắt thôi vương.

*

*   *

Tôi vẫn nhớ cuối chiều xuân ấy,
Thuyền rời bến, xa nước xa quê.
Mẹ ở lại, mưa tràn nước mắt,
Chỉ ước rằng con được bình an.

Rồi tôi đi, giữa ngàn sóng gió,
Mong một ngày tiếng hát dâng cao.
Cùng làng quê bước vào nắng mới,
Cho Hồn Việt vui với tương lai.

Ở đó là quê hương Độc Lập,
Ở đó là tiếng hát Tự Do.
Quê hương ta đất trời đổi mới,
Việt Nam ơi hướng tới ngày mai.

*

* *

Tôi còn nhớ chiều ba mươi ấy,
Đường quê tôi vướng mảnh quần hồng,
Màu máu đỏ, như màu vĩnh biệt.
Nó tung lên, giết chết tình người.

Từ làng quê, người người lánh nạn,
Nơi thành phố, bỏ lại nhà hoang.
Người gọi người, tìm đường chạy trốn,
Tràn ra biển, đến bến, xa nam.

Người ra đi chẳng còn manh áo,
Đây đứa trẻ chưa biết mặc quần.
Kìa ông già gần kề bên lỗ,
Chung một đường hẹn ước ra đi.

*

*   *

Đoàn người đi, một lần từ biệt.
Bước xa quê chẳng biết ngày về.
Bởi đường đời có khi không bến,
Bến chờ, bến đợi, bến trong mơ!

Khi ra đi là bàn tay trắng,
Có khi là mạng sống... trôi sông!
Nhưng vì nước muôn lòng phải quyết,
Để mai sau còn đất nước Nam.

Đường dẫu dài với ngàn gian khó,
Đây cán búa, ở đó lưỡi dao.
Rồi xa kia, gió gào biển động,
Người vẫn quyết, tìm đến Tự Do.

*

*   *

Lòng người đi chẳng cầu cơm áo.
Chỉ ước rằng được sống tự do.
Khi đôi chân bước vào bến mới,
Đây lòng người vội nhớ quê xưa.

Mong ngày về, kẻ chờ người đợi,
Đất nước ơi thương nhớ nghẹn lời.
Nhớ quê xưa, nhớ lời thề ước,
Nhớ cảnh nhà, nhớ mẹ nhớ cha.

Nhớ con đường, nhớ ngày tháng cũ,
Nhớ khi đi, ta hứa quay về.
Về với em và về với nước,
Ta trở về bến nước Việt Nam.

*
*   *

Kìa bao người từng đêm thức trắng,
Cho mái đầu bạc trắng như vôi,
Mà vẫn chờ, vẫn đợi ngày mới,
Họ đợi chờ cho tới ngày về.

Nhớ hôm đi vai kề nước mắt,
Mơ ngày về tiếng hát dâng cao.
Từ rừng sâu đến đồi khô nắng,
Muôn lời ca văng vẳng trên không.

Cao Xanh ơi, đây lời cảm tạ,
Của muôn người lánh nạn xa quê,
Mãi vang lên từ muôn thế hệ,
Tạ ơn Ngài để nhớ ngày về.

*

* *

Ngày về,
Ôi ngày về,
biết bao là hoan ca,
Từ lòng ta khơi tràn nước mắt,
Đây bài ca tiếng hát vang xa.
Từ rừng sâu, đến ngàn quãng vắng,
Giữa sông hồ, biển cả mênh mông,
Bao lớp người ngân vang tiếng hát,
Cùng ca lên khúc nhạc tri ân.

Ngày về, Chúa ơi,
Biết bao là hoan ca.
Ngày về, đất nước ơi,
Dân ta đã reo mừng.

Ngày về,
ôi ngày về,
Ngày này toàn dân khắc ghi.
Ngày này tim ta chiến thắng hận thù.

2010
Bảo Giang

Bến Cũ

Mai khói lên giữa miền đất lạnh,
Ai tìm về quãng vắng quê xưa,
Ở đó giờ đây làng thôn đã...
Chỉ có non xanh chẳng thấy người.

*

* *

Nhớ hôm xưa cuối chiều ngập nắng,
Đường làng ta tiếng hát vang vang.
Đây lũ trẻ vừa tan trường sớm,
Kia bác nông phu gánh lúa về.

Khắp thôn làng bừng lên sức sống,
Cho người người cùng đón an vui.
Nay tất cả êm như cảnh vắng,
Chẳng có khói vương, chẳng thấy người.

Bởi một hôm nổi lên giặc cỏ,
Chúng qua đây đập bỏ đình làng.
Cho bao người vương hàng nước mắt,
Người khóc thương con, vợ khóc chồng.

*
* *

Ôi cảnh xưa, giờ điêu tàn quá,
Ai qua đây cho nhắn đôi lời.
Gởi lại mai sau giòng lưu ký,
Hãy nhớ về cảnh cũ quê ta.

Ở đó, một thời vang tình nước,
Đường phương bắc, giặc khóc ngàn năm.
Đất phía nam, hoa vàng một giải,
Non nước yên vui cảnh thái bình.

Khi nắng mai vươn lên sườn núi,
Lớp trẻ thơ vui bước tới trường.
Rồi chiều xuống đường vang tiếng trống,
Khắp thôn làng chung hội đón trăng.

Bỗng một ngày cộng tràn thôn xóm,
Cho dân làng quang gánh lên vai.
Người ra đi không quay về nữa,
Kẻ ở lại, đeo ách cộng nô.

Kể từ đấy, tiếng vang dậy đất,
Trả lại đây năm tháng cho ta.
Trả lại đây căn nhà yêu dấu,
Trả lại đây tiếng nói cho người.

Nào ai nghe được lời đáp trả,
Chỉ thấy cây xanh đổ xuống đời.
Phận người từ đó là nước mắt,
Mã tấu vung lên tắt tiếng cười...

*

* *

Ngoài xa kia ai ngồi sầu lắng,
Còn nhớ chăng mưa nắng quê ta.
Hãy hát lên những bài ca mới,
Hãy đứng hiên ngang với đất trời.

Ta thề không phụ lòng nhân thế,
Cho vạn sau tiếng mẹ còn vang.
Đất Việt ngàn năm lưu ký sử,
Tiên Long vạn thế đứng giữa trời.

Kìa đêm về trăng ngàn soi bóng,
Đây người thôn nữ dáng hiên ngang.
Nàng vẫn giữ bến thuyền năm ấy,
Dẫu trăng tàn hận mất giang sơn.

Đâu người trai hôm nào vì nước,
Anh có còn vững bước năm xưa?
Đây lão ông, xa giời gần đất,
Vẫn nói về hai chữ quê hương...

*

* *

Ôi, tháng ngày sao mà vắng vẻ.
Vắng anh hùng vắng cả tình lang.
Chiều nay lại thấy mây giăng thấp,
Khách ngoài quãng vắng hát tình ca.

Hỏi thăm quê cũ là đâu thế,
Người qua chỉ lối đến bến đò.
Ở đó cảnh buồm con đã cũ.
Chỉ thấy thuyền không, lữ khách không.

Chiều tàn nắng vỡ lòng ai oán,
Ai tiếc thương nhắc đến cảnh nhà.
Theo gió lụi tàn trong cơn bão,
Lá đỏ đu đưa tủi ánh vàng.

*

*   *

Kìa Người đi nỗi lòng lưu luyến,
Mỗi ánh chiều tan lại thấy buồn.
Nhớ nước nhớ nhà, ôi quê cũ,
Đêm về nước mắt giọt mưa tuôn.

Kìa ai không ngủ, đêm còn hát.
Cho ta sao xuyến nhớ quê ta,
Từ đây sang đó bao nhiêu dặm,
Đi mãi mà sao chẳng đến nhà?

7-2025
Bảo Giang

Bước xa quê

Nắng chưa lên, đất trời còn tối,
Cả làng thôn trong giấc ngủ yên.
Tôi lặng lẽ, một mình trở giấc,
Rồi đôi chân nhẹ bước trên đường.

Kìa bờ sông nơi ta sẽ đến,
Bên kia đường là cánh đồng xanh.
Lúa bắt đầu trổ bông mùa mới,
Nó vươn mình lướt tới chân mây.

Từng cuộn gió từ xa về đến,
Cho lúa đùa cuốn lấy thân ta.
Ôi ngày đi sao mà lưu luyến,
Nhớ cánh đồng, dốc suối quê cha.

Ở nơi nào cũng là tiếng hát,
Của tháng ngày thơ ấu năm xưa.
Nay ghi dấu cho ngày từ giã,
Ta xót lòng từng bước đi qua.

*

*   *

Kìa nắng lên góc trời bừng sáng,
Ta vấn vương nhớ mãi cảnh nhà.
Đau xót quá, hay quay trở lại,
Gạt nước mắt, ta phải đi thôi.

Đường còn dài và còn xa lắm,
Ta phải đi, ta phải đi thôi.
Đường tầu đi không chờ không đợi,
Bước quay về là tới nhà lao.

Nhớ cảnh tù của ngày hôm ấy,
Tôi lại bước, ta phải đi thôi.
Ta sẽ về, về trong ngày mới
Ta sẽ về, về với quê ta.

Này bàn tay ta ghì nhánh lúa,
Đặt lên môi giã biệt quê nhà.
Giã ruộng đồng và non nước Việt,
Ta đi đây, ta sẽ quay về.

Về với em, yên vui ngày mới,
Về với nhà, khi nước hoan ca.
Mong ngày ấy không còn nước mắt,
Ước quê xưa không bóng tầu hồ.

*

*   *

Rồi tôi đi, dọc con đường nhỏ,
Hai bên bờ lúa trổ bông non.
Mùi hương nở cho lòng ngây ngất,
Tôi say nhìn nắng mới vươn lên.

Kìa cánh đồng hây hây gió thổi,
Đây đàn cò thẳng tới chân mây.
Nhìn đôi cánh nhịp nhàng lướt gió,
Cho hồn người vút bổng lên cao.

Này bức tranh như mờ như ảo,
Gởi cho người nhớ lấy quê xưa.
Để ngày mai dầu mưa hay nắng,
Ta vẫn về đất nước quê ta.

Ở đó là Việt Nam ngày mới,
Ở đó là hướng tới an vui.
Việt Nam ơi, ai vì đất nước,
Việt Nam ơi bước tới tương lai.

Ta sẽ về trong ngày nắng mới,
Ta sẽ về, về với quê ta.
Này đôi chân đạp trên nhánh lúa,
Ta ghi lòng lời hứa hôm nay.

5-2010
Bảo Giang

Viễn phương hành (1)

Kỷ niệm chuyến đi ngày 13-01-1981 từ Rạch Giá.
Kính tặng bằng hữu chung thuyền
và những ai đã vượt biển khơi. BG.

Ta một ngày vào giữa biển khơi,
Theo con thuyền chơi vơi lướt sóng.
Nó một mình vượt bóng đại dương,
Ta lăn lóc trong lòng thuyền mộng.

Chẳng biết về đâu với gió gào.
Ngoài xa kia có bao huyền bí,
Với đêm đen phủ kín sương mờ,
Cho người đi bước vào hư ảo.

Rồi băng mình vượt cả đại dương.
Mong ngày mai trên đường đất mới,
Cho người đi hướng tới Tự Do
Cho ngày về no tròn mộng ước.

*

*   *

Gió thổi về đâu, sóng vẫn gào,
Nhìn lên trời đỉnh cao vô tận,
Dưới lườn thuyền sóng cuộn nhấp nhô.
Nó uốn mình thét gào, cuốn tới,

Nó đan nhau đuổi gió, gọi mây.
Mặc người đi với ngàn lệ đổ.
Sóng đẩy thuyền, lên tới đỉnh cao,
Rồi vật xuống như là thác đổ.

Cho người đi nỗi khổ không lời.
Bờ Việt Nam xa rời ánh mắt.
Đất quê hương đã khuất lối về.
Giờ ngồi đây nhớ về quê cũ.

Ước mong gì, hỡi kẻ xa quê,
Theo sóng gào hay thuyền không bến?

*

*   *

Đường ta đi giữa muôn ngọn sóng,
Cánh thuyền con theo gió nhấp nhô.
Đưa ta vào "giấc mơ hồ điệp".
Cho người đi vĩnh biệt quê nhà.

Kìa ánh chớp giữa trời tăm tối,
Trăng nào sáng dẫn lối cho ta.
Đây gió gọi mây ngàn góp vốn,
Cho người đi hứng trọn âu lo.

Từng con sóng, không hò chẳng hẹn,
Chúng đẩy thuyền lên đến cung trăng.
Rồi vật xuống tận cùng vực thẳm,
Cho từng người, thổ thốc mật xanh!

Ôi đau thương, nào ai có hẹn.
Sao sóng gió, vội đến tìm ta?
Tôi co ro lặng trong màn tối.
Đôi mắt mở chẳng thấy mặt trời.

Chợt quanh đây thoảng mùi hương mới.
Nó vượt ra từ cổ con người!

*

*   *

Cuộc hẹn hò chưa lần báo trước,
Nó vội đến như bước trong mơ.
Nó tuôn ra chẳng chờ phương hướng.
Lúc khởi đầu thấy chướng, khó coi.

Trong giây lát nhịp đời vỗ đến.
Nó lây lan từ trẻ đến già.
Chẳng mấy người, thoát làn bão nổi,
Chung một thuyền, gió thổi như nhau.

Từng đôi mắt xanh sao, khép kín,
Kẻ giận hờn, lớn tiếng kêu la,
Chỉ một thoáng bước vào biến động,
Thuyền dâng lên nước mắt vội trào.

Lại có người câu kinh chưa dứt.
Cũng chẳng biết trời phật nghe chưa.
Đã vội vàng, trào ra nước mật,
Cho hàng xóm, đóm mắt giận hờn.

Giận một ngày, xa rời tổ ấm.
Giận con thuyền, giận lớp sóng cao.
Giận luôn ngày bước vào cõi thế,
Kìa ai hỏi, anh trở về không?

Đây hàng trăm, hàng nghìn tiếng thét,
Ta thà chết, chết giữa biển đen.
Còn hơn về, về nhìn mặt Nó.
Tội cho người dân Việt, nước tôi!

*

*   *

Rồi đêm xuống, đêm về cõi chết,
Gọi tên người, gọi hết chia ly.
Ôi, những ngày lênh đênh trên biển,
Sau chiều tàn lại đến đêm đen.

Cảnh người ngồi, người nằm không vững.
Sóng vẫn đùa với những cơn dông.
Cho người mẹ đơn thân héo úa,
Cho đứa trẻ đói lả khóc gào.

Phía ngoài kia, gió đùa sóng lớn,
Ở đây là trái đắng cho nhau.
Con thuyền nhỏ lao vào cảnh khốn.
Phía bên này, đã vốn tanh tao,

Bên kia bờ, ói trào ra mật.
Thuyền chẳng còn ánh mắt kiêu xa.
Từng giờ qua chân tay rời rã,
Còn lại đây đôi ngả than van.

Chết... Trời ơi, khéo vào cõi chết,
Tay níu tay, như biệt cuộc đời...

*

* *

Khi nắng lên, mặt trời lại sáng,
Ánh mắt kia cũng lắm khác thường.
Người nhìn người, khác người chờ chết.
Mắt nhìn mắt tay nắm lấy tay.

Lòng xiết lòng chờ ngày sẽ đến.
Mong nơi xa có bến có bờ,
Cho con thuyền vì đời mà đến.
Bỏ sau lưng bến nước quê nhà.

Bỏ quên ngày gọi cha gọi mẹ,
Bỏ quên ngày giữa chốn biển khơi.
Để cho ta bước vào trời đất,
Lên thang mây sống hết kiếp người.

*

* *

Rồi ánh sáng đợi chờ, cũng đến,
Nó vươn lên giữa biển không ngờ.
Từng hơi thở chưa vào cõi chết,
Vội vùng lên đan kết hẹn hò.

Bao ánh mắt bừng lên chờ đợi,
Lòng hẹn lòng khi thoát bể dâu.
Ai chưa đi, chưa vào biển động,
Chẳng hiểu được khát vọng ra sao.

Này người đi, sắp vào địa ngục,
Lại chắp cánh lên tới ngàn mây.
Với tiếng reo chừng như lở đất,
Cho con thuyền chao đảo trong mưa.

Chợt, tiếng thét như mùa đấu tố,
Nó vang lên nghẹn cổ con người,
Hải tặc... trời đất ơi... thương với...
Thuyền buông trôi, tan vỡ mộng rồi.

*

*   *

Kẻ đứng lên, người gục xuống thuyền.
Rồi tiếng gào, than Trời, trách đất,
Lại tiếng van, khấn Phật, râm ran.
Ta bỏ nước sau ngày mất nước,

Ta ra đi, mong ước bình an,
Những tưởng rằng đường mây lướt sóng,
Có đâu ngờ, chiếc bóng long đong,
Trời Phật ơi, xin thương cứu với,

Xin một lần, chỉ một lần thôi.
Bởi sau đây, trôi theo cát bụi,
Bỏ hồng trần, lạc giữa biển khơi.
Đời lênh đênh, xây mồ cuối sóng.

Chẳng thấy nhà, cũng chẳng thấy quê,
Ôi một đời, bốn bề dâu bể...
Hỏi đất trời... gọi hỏi ai đây,
Người ở đâu... thuyền này không bến? (còn tiếp)

***

Bảo Giang
Viết cho một chuyến đi, lìa tổ ấm.

Quê tôi

Việt Nam lịch sử đã nghìn đời,
Nam bắc một nhà giáp biển khơi.
Trịnh Nguyễn một thời bịt mặt đấm,
Gặp thời quốc cộng lại chia đôi.

Sông Gianh ôm lấy tình dang dở,
Bến Hải đôi đường nước mắt rơi.
Đất bắc từ đây nhận đạn pháo,
Bến nam lệ chảy đổ ra khơi.

1983
Bảo Giang

Lỡ vận

Mơ ước ngày nào anh với tôi.
Dây lưng túi đạn trả cho người.
Ta về vui với tình non nước,
Sống chết đan tay với nhịp đời.

Giấc mộng, cuối mùa tan vỡ mộng,
Chiến chinh đã hết, chẳng thành lời.
Cho ta thao thức từng đêm vắng,
Mỏi mắt nhìn trời, nước mắt rơi!

1998
Bảo Giang

Mưa nửa đêm

Gió bấc từng hồi thổi thấu xương,
Lá hoa tạn tác rải bên đường.
Người đi vì nước chưa quay lại,
Kẻ trấn biên cương gặp đoạn trường.

Muốn hỏi ai người vì đất nước.
Về đây gom lại giải quê hương.
Bắc nam đôi ngả không còn cán,
Đất mẹ nghìn sau ánh nắng vàng.

85
Bảo Giang

Mơ trăng

Lặng lẽ đêm về gởi nhớ thương,
Thêm lời ước nguyện tới biên cương.
Canh khuya xào xạc làn mưa gió,
Mũ sắt trên đầu mộng vấn vương.

Những muốn một ngày chinh chiến lặng,
Người về xuân đến với yêu đương.
Đường xa gió thoảng hồi chuông sớm,
Tiếng hót trong lồng mãi mãi vang.

2012
Bảo Giang

Lỡ đường

Bóng chiều đổ xuống nước non yên.
Héo úa lòng ai cảnh lỡ thuyền.
Con mắt trông về đủ tám hướng,
Cuối đường chẳng thấy một cơ duyên.

Nơi đây cô lẻ vài viên đá,
Phận nước tang thương lắm muộn phiền.
Ra đứng giữa trời sao lạc bến,
Chờ người năm tháng lệ tràn mi.

2009
Bảo Giang

Đón xuân

Một sớm tin về mai trổ bông,
Người người nô nức cảnh tàn đông.
Năm này bác có đôi manh áo,
Đứa cháu khoe ra một dáng hồng.

Tôi viết câu thơ đầu tháng chạp,
Gởi người gởi đất khắp non sông.
Cùng hoa đua nở vui ngày tết,
Mộng ước quê hương hết cỏ hồng.

2010
Bảo Giang

Bước ta đi

Tôi sinh ra lúc quê hương lửa khói.
Chưa biết cười đã nghe tiếng đạn vang.
Vừa lên hai, mẹ gánh xa đất bắc,
Giọt nước buồn, người gởi lại quê xưa.

Rồi vào nam, giữa miền quê nắng ấm,
Tôi lớn lên theo tiếng hát trên cao.
Nhìn đàn chim giữa trời đan nhịp cánh,
Tôi mơ ước phải có một ngày mai.

*

*   *

Giang đôi tay giữa trời cao xanh ấy,
Tuổi lên năm tay sách bút đến trường,
Mực chưa vơi, tai đã nghe tiếng pháo.
Nó vang vang như nổ giữa đình làng.

Rồi một hôm kẻ đi làm giải phóng,
Cho pháo nổ, nổ vang giữa sân trường.
Kìa lũ trẻ, nhìn nhau tràn nước mắt,
Đứa đứng ngồi, đứa khóc ngất lưng mây.

Tuổi của em, tuổi chưa qua lớp nhất.
Nay nước mắt vươn lên giữa trường làng.
Đưa tiễn bạn, nghẹn ngào thay tiếng hát,
Bé thơ ơi, em sinh chẳng phùng thời.

*

*   *

Rồi tôi lớn, lớn theo đêm thức trắng,
Làng quê xưa, nay thêm vắng bóng người.
Đường quốc lộ nối liền nam ra bắc,
Chẳng mấy ngày có được giấc ngủ ngon.

Nắng chưa lên, lính lên đường tháo chốt,
Này mìn, lựu đạn với bó cờ sao.
Cộng đem về, đắp đường trong đêm vắng.
Hồ gởi tặng chuyến xe khách miền nam.

Mìn sẽ nổ, người đi không về nữa.
Xe tan xác, bà mẹ bỏ con thơ,
Trên tuyến đường xa, bao người khóc mếu.
Hồ cộng reo vang, giải phóng thành công!

*

* *

Khi đứng nhìn bao cảnh đau thương ấy,
Nước mắt rơi, bạn tôi đã lên đường.
Mái trường ơi, áo thư sinh bỏ lại,
Gởi cho em người tình với mộng mơ.

Nay quân trường ta về vui đời lính,
Với sơn hà, ta nhẹ bước thang mây.
Từ đó bạn đi, đi vì đất mẹ.
Người ở lại thao thức với đêm thâu.

2013

Bảo Giang

Hoà Bình ơi, Hòa Bình (9)

Hoà Bình ơi, bao giờ em tới
Trong reo vui, ta gởi đôi lời,
Mừng non sông chung vui ngày hội,
Nguyện đất trời hai chữ bình yên.

Để em thơ bên đèn sách vở,
Cho mẹ già vui với đàn con.
Bởi bao đêm súng thù vọng mãi,
Người chờ người, nước mắt vội tuôn.

Có ai ngờ chiến tranh vừa hết,
Cửa tù đã mở, khách chẳng về.

*

*   *

Kìa người đứng, từng chiều ngóng đợi,
Ngày lại ngày, tháng vội qua năm,
Cho cánh mai qua mùa chẳng nở.
Hỏi người đi, đi đến bao giờ?

Phận người chờ, mỗi chiều đón gió,
Mà năm tháng chẳng có đổi thay.
Từng đêm về, gió gào tám hướng,
Lúc nắng lên, lại ngóng theo mây.

Đường người đi, bóng về chẳng thấy.
Trời tháng hạ, ngày ngắn đêm dài.
Sang thu đông chiều tà nắng tắt,
Tội cho mẹ nước mắt theo mưa.

Ngửa nhìn trời bước cao bước thấp.
Đôi nạng gỗ ngã sấp trên sân,
Mờ đôi mắt qua từng năm tháng,
Gọi trời, hỏi đất chẳng còn hơi.

Gọi hỏi người, người không lên tiếng,
Chờ khách đến, khách chẳng một câu.
Lúc đêm về vào ra tiếng khóc,
Gởi cho người hay nấc theo mây?

*

*   *

Nhớ hôm nao, chiến tranh vừa hết,
Anh trở về, áo rách tả tơi.
Ôi thân trai của thời binh lửa,
Nước mắt trào giữa buổi tàn binh.

Ngày anh đi, hiên ngang nhịp bước,
Mang áo bào mặc giáp vì dân.
Ra biên cương giữa ngàn lửa đạn,
Có xá gì chiến trận gian nan.

Nay quay về nắng Vàng đã tắt,
Cuối đường chiều lệ đẫm trên mi.
Cảnh nhà xưa im lìm cửa khép,
Rồi một ngày khăn gói lên vai.

Đường anh đi khéo là vô định,
Chim rã đàn sẽ biết đau thương.
Kìa đôi chân ngập ngừng trước cửa,
Không tiếng ca, chẳng nửa lời chào,

Từ ngoài xa tiếng loa vọng tới,
Với tiếng cười của lũ man di.
Anh bước đi, bước từng bước nhỏ,
Mẹ thẫn thờ gọi gió trên sân,

Em thơ gào như ngày cha đã,
Mảnh trời này gởi lại cho ai?
Quê hương ơi, mãi dài nước mắt,
Việt Nam ơi ta đã nghẹn lời.

Đường anh đi bao giờ hoa nở.
Hoà Bình rồi, anh trở về không?

*

* *

Hòa Bình ơi! gió nào sẽ đến?
Trong chiến tranh ta đếm hòa bình.
Có ai ngờ hoà bình lại khác,
Cộng sản vào giáo mác ra tay.

Đầu làng mõ điểm, dân ngã xuống,
Cuối phố kèn loa, Cáo gọi hồn.
Kẻ chết thê lương trong cùng khốn.
Người sống cô đơn với nghẹn ngào.

Nắng mới lên, người vào cải tạo,
Chiêng hôm chưa điểm, "bác" gọi hồn.
Đường trần mũ áo thôi bỏ lại,
Gia đình bằng hữu phải chia xa.

Người đi, đi mãi không về nữa,
Nam bắc từ đây ngập xác người.

1997

Bảo Giang

Chuyện ngày rách áo

Ta một đời đi giữ giang sơn.
Có ai ngờ cờ tàn áo rách,
Ta mất nhà, mất cả non cao.
Bởi giặc Hồ thờ Tàu bán nước!

Đời vong thân, mua, rước hận thù,
Đem sông núi dâng vào tay giặc,
Đời phản quốc, gieo rắc chiến tranh.
Cho hai miền nhà tan cửa nát,

Cho cả nước không bát cơm đầy.
Để mình Y vui bầy lang sói.

*

*   *

Mảnh đất Việt từ đây tan tác,
Kìa chiến loạn, giáo mác binh đao.
Tối đốt nhà, chiều rao phá xóm,
Bước theo Tàu, phản nước hại dân.

Sáng đấu cha, chiều tàn giết mẹ,
Để Nam Bắc nhận nét đau thương.
Phân hai miền hai đường hai lối,
Mở chiến trường sớm tối tranh công.

Cho máu đỏ thành dòng chảy mãi,
Cho dân Việt tan xác muôn nơi.

*

*   *

Rồi hôm nay, người người nhìn lại,
Bắc tan tác, nam rách tả tơi.
Tàu mìm cười ngồi sơi cỗ lớn,
Hồ dâng mời để chuốc hư danh.

Mặc bắc nam vạn ngàn cay đắng,
Phần đồng chí kết đảng tranh ăn.
Cho quê hương ngày càng rách nát,
Cho nước Việt vỡ nát tình người.

Bắc Nam ơi sao khờ dại mãi,
Bỏ quê hương bỏ cả tình nhà.
Ta đưa nhau vào vòng nô lệ,
Để quê mẹ suối lệ không vơi?

Việt Nam ơi, một thời lầm lỡ,
Người Việt ơi, hãy trở về thôi.

1999
Bảo Giang

Bước anh đi

Đời người lính sống vì non nước,
Bước di hành từng thước như tranh.
Da ngâm đen như màu thuốc súng,
Thân nam nhi lừng lững giữa trời.

Anh bước đi giữa lòng đất nước,
Đêm trong rừng lạnh buốt dưới mưa.
Treo đời mình theo hơi thuốc súng,
Mộng ngày về nắng ấm nơi nơi.

*
*   *

Kìa áo trận trên vai che nắng,
Dây đôi giày dạp cánh rừng hoang.
Rồi bùn vương cho thơm mùi lúa,
Bước trở về trên cỏ đọng xương.

Nay dừng chân chiều hoang giữa núi,
Mai đón nắng, hay đứng trong mưa.
Hai mươi năm chưa tròn giấc ngủ,
Bước quân hành ngọn gió đong đưa.

Kìa Bến Hải chiều xưa sóng lớn,
Gió lặng lờ chuyển xuống phương nam.
Nhìn giòng nước cho lòng thêm buốt,
Con sóng dài nước chảy tang thương.

Anh ra đi, lên đường vì nước.
Tuổi đôi mươi vững bước dưới cờ.
Này mộng ước của người dân Việt,
Đây bước chân khắp nẻo sơn hà.

Đường hôm nay có là góc núi,
Mai chân trời nắng mới nở hoa,
Anh vẫn đi cho ngày mai sáng,
Bước anh về đất nước hoan ca.

*

* *

Theo bước anh trăng về đất mẹ,
Bao tiếng ca lướt nhẹ lưng mây.
Kìa thôn làng, cao nguyên dưới nắng,
Đây người lính vì nước quên thân.

Ngày anh đi đường quê đổi mới,
Bước anh về hoa nở nơi nơi.
Cầu Trường Tiền, Hương Giang lướt gió,
Đất Cà Mâu trăng sáng thênh thang.

Nhớ hôm nao cộng tràn thôn xóm,
Cho lòng người đau xót lao đao.
Anh bước về dâng cao tiếng hát,
Tà áo dài theo nắng tung bay.

Vút lên ngàn, reo mây gọi gió,
Anh trở về với nắng hoan ca.
Hoà với nhạc muôn ngàn cảm mến,
Tạ ơn người lính chiến Việt Nam.

Người đan tay giữa ngàn sóng gió,
Anh hiên ngang đi dưới nắng vàng.
Đường anh đi giữa ngàn gian khó,
Bóng anh về non nước an vui.

*

* *

Kìa Đà Giang, thuyền chờ dưới nắng,
Nước xuôi dòng với tháng năm qua.
Đời đã khắc vào đây dấu ấn,
Chiến cuộc tàn sông nước hoan ca.

Kìa ngọn cờ trên ngàn nắng mới!
Rừng cao nguyên ghi dấu chân anh.
Nó uốn mình theo dòng cát trắng,
Ngược xuôi về đồi vắng xa xa.

Đây ngọn sóng ghi ngàn dấu ấn,
Kia tiếng reo vọng khắp sơn hà.
Từng dấu chân tạc vào bia đá,
Cho biển dài những bước uy linh.

Đường anh đi nghiêng nghiêng trong nắng,
Bóng anh về gió lặng bể yên,
Vạn ngàn sau đời vang tiếng hát,
Và dòng sử lưu khắc tên anh.

Rằng, người lính phương nam vì nước,
Anh bước đi những bước kiêu hùng,
Đường phố này mãi ghi hình bóng,
Của những người lính chiến vì dân.

Khi đất trời chìm trong bão lửa,
Bước chân anh giữ vững sơn hà.
Kìa cánh dù lướt cao trong nắng,
Đây biển lộng những dáng chinh nhân.

Người lên đường vì tình sông núi,
Anh bước về trong nghĩa quê hương.
Đời lính chiến có là gian khổ,
Đất quê nhà hoa nở thênh thang.

Đường anh đi hoa vàng nở mãi.
Lối anh về chim hát oanh ca.
Vạn đời sau, mai đào lưu ký,
Những chàng trai trấn giữ sơn hà.

*

* *

Kìa đồi cao chim ngàn tung cánh,
Đây ruộng đồng với ánh trăng lên.
Cùng quy về tình yêu non nước,
Cho đất Việt vững bước vươn lên.

Đường anh đi chỉ vì đất nước,
Đem chí hùng sống với giang sơn.
Người sống với đêm trường cô tịch,
Hay sẽ về giữa tiếng reo vang.

Ngàn ngàn sau ghi vào sử ký,
Bước người về đứng với muôn dân.

2020

Bảo Giang

Bài ca Hòa Bình (11)

1.
Năm ấy Xuân đi chẳng một lời, (1945)
Cộng về lá đỏ phủ nơi nơi.
Thu đông đấu tố lừng tên tuổi,
Xuân hạ chia tay ngậm đắng đời.
Nam bắc từ đây là cách biệt (1954)
Tự do, cộng sản, chẳng chung trời.
Phương Nam tiếng hát vui đời mới.
Đất bắc tang thương trọn một thời.

2.
Đất bắc tang thương trọn một thời,
Người người ngậm đắng chẳng nên lời.
Đầu đường khố đỏ vung mã tấu,
Cuối phố dân đen ngã bỏ đời.
Từ đấy hờn căm tràn đất nước,
Hồ tinh khác hẳn với con người.
Làng trên xóm dưới không đường sống,
Cuối phố nghênh ngang một gã Hời.

3.
Cuối phố nghênh ngang một gã hời.
Trẻ già than khóc chẳng môi cười.
Ngoài xa chiêng trống vang đồng vắng,
Góc phố ra dao dân bỏ đời.
Chinh chiến chưa qua họa đã tới,
Đình làng, cộng đến mở trò chơi,
Muôn dân than khóc không đường sống
Chỉ có dép râu thỏa nụ cười.

4.
Chỉ có dép râu thỏa nụ cười,
Việt Minh từ đấy đạt ngàn mơ:
Đưa người dân việt vào âm phủ,
Bác đảng chia nhau chén rượu hời.
Rồi một sớm, phương nam gặp họa,
Hỏi trời, hỏi đất, đất như mơ.
Mậu Thân, chúng vào vung liềm búa,
Tiếng thét ba mươi xé nát đời.

5.
Tiếng thét ba mươi xé nát đời.
Đầu làng cuối xóm thịt xương phơi.
Trên cao không nắng ngàn mây xám,
Dưới thế tang thương khóc nghẹn lời.
Mảnh đất phương nam tràn nước mắt,
Người già em bé, lá sung rơi.
Bên kia vĩ tuyến mở ly rượu,
Cộng phỉ chia nhau miếng thịt người.

6.
Cộng phỉ chia nhau miếng thịt người.
Bắc nam từ đó chẳng chung trời.
Chiến tranh tang tóc tràn sông núi,
Bác đảng huyênh hoang chén rượu hời.
Đất nước từ đây tràn uất nghẹn,
Muôn dân tan xác thịt xương phơi.
Ngàn sau còn mãi bài kinh sử,
Cộng sản vô nam chỉ giết người.

7.
Cộng sản vô nam chỉ giết người,
Đầu làng cuối phố một trò chơi.
Từng đêm máu chảy hồn ai oán,
Tiếng khóc còn vang đến vạn đời.
Đất Việt tan hoang, hồ phỉ đến,
Đạn bom rơi xuống, máu xương phơi.
Bình yên hạnh phúc không còn nữa.
Chỉ có đau thương nở giữa trời.

8.
Chỉ có đau thương nở giữa trời.
Hoà bình rồi, hỡi hòa bình ơi!
Chiến tranh đã hết, bình không đến,
Mơ ước yên vui chẳng gặp thời.
Máu chảy từng đêm theo mã tấu,
Xác người dân Việt bón phân chơi.
Ngàn sau còn đó bài kinh sử,
Kẻ chết giữa đêm chẳng một lời.

9.

Kẻ chết giữa đêm chẳng một lời.
Hòa Bình rồi, hỡi Hòa Bình ơi!
Người đi nước mắt chưa vơi cạn,
Hồ đến mài dao nghẹn đắng đời.
Tiếng hát hôm nào nay đã tắt,
Phương nam gặp nạn lá hoa rơi.
Ánh vàng vừa khuất bên sườn núi.
Khố đỏ múa dao lộng đất trời.

10.

Khố đỏ múa dao lộng đất trời,
Hòa bình rồi, hỡi hòa bình ơi.
Ngàn sau sách sử còn ghi dấu,
Một lũ Hồ tinh đến hại đời.
Tháng tám chúng về treo khố đỏ,
Vạn ngàn dân Việt chết muôn nơi.
Ba mươi lại đến không kèn trống,
Chỉ có răng hô há miệng cười.

7-12

Bảo Giang

Vào nam

Một gánh trên vai biệt phố phường,
Xót người ở lại lệ sầu vương.
Ra đi thao thức từng đêm trắng,
Ngoảnh lại nát lòng nhớ cố hương.

Ta nhớ ngày đi tràn nước mắt,
Khóc người ở lại gặp tai ương.
Những mong trời đất làm thay đổi,
Đất bắc mai ngày hết ễnh ương.

78
Bảo Giang

Thời nón cối

Chớp mắt một đời đi quá mau,
Mà sao sông núi vẫn nguyên màu.
Nửa trên cờ đỏ khoe liềm búa,
Phía dưới gông cùm với dép râu.

Già trẻ phen này chung một khóa,
Để riêng hồ tặc phồng phao câu.
Đầu đường cóc nhái hai tay chắp,
Xó chợ nghênh ngang một gã tàu.

1989
Bảo Giang

Xuân Tàn

Nước Việt một chiều rách tả tơi,
Trường sơn lửa khói ngút lên trời.
Miền nam chiến trận chìm trong bão,
Đất bắc bom rơi, khóc thấu giời.

Những tưởng xuân về hoa sẽ nở,
Nào ngờ pháo nổ vọng nơi nơi.
Đường đi chưa đến, xuân đà chết,
Thành lũy Cộng Hòa cánh lá rơi.

1987
Bảo Giang

Cảnh điền viên

Giũ áo cho đời sạch vết son,
Vòm trời vòng đất bước chân bon.
Đường kia ta bước vì sông núi,
Cánh gió đưa thuyền bỏ nước non.

Rời bến người đi lòng cố vẫy,
Ngày về ghi dấu trải lòng son.
Vi vu vách núi cành thông rủ,
Mạch nước chưa tròn khó ngủ ngon.

1995
Bảo Giang

Bóng thời gian

Mới đó mà nay tóc bạc phơ,
Nhìn trời ngắm đất cảnh bơ vơ.
Xa quê dao cắt theo ngày tháng,
Cố quốc từng giờ nước mắt ơi!

Đất nước hoang tàn theo lá đỏ,
Tủi lòng viễn khách gió mưa phơi.
Ngoài kia cánh nhạn bay xa tổ,
Đôi mắt mãi nhìn quê cũ ơi.

1994
Bảo Giang

Cảnh nhớ nhà

Mỗi sáng đứng nhìn về hướng đông,
Cho lòng khắc khoải cảnh ngồi trông.
Thư về đã viết đầy trên giấy,
Chỉ thấy bên kia một sắc hồng.

Thơ gởi sang đây đôi dấu lệ,
Bao người thao thức cảnh chờ mong.
Ngoài kia khắp nẻo chân trời vắng,
Nhìn ảnh trong gương mắt lệ ròng.

1992

Bảo Giang

Nhớ nhà (2)

Cuối chiều chiếc bóng một mình ta,
Chẳng thấy hương xưa chẳng thấy nhà.
Một cảnh tang thương không chữ viết,
Bao người lỡ bước giữa đường xa.

Trời cao mây xám như xương đục,
Vọng tiếng quê hương khiến lệ nhòa.
Năm tháng ra đi lòng chẳng đổi,
Nghìn sau vẫn nhớ một quê nhà.

1992
Bảo Giang

Lời thề non nước

Lời thề non nước vẫn còn đây,
Sớm tối chẳng quên mộng ước này.
Mái tóc mỗi ngày thêm sợi bạc,
Tâm tư với nước chẳng theo mây.

Ngày đi những muốn ngày quay lại,
Mà gánh hàng xưa vẫn chẳng đầy,
Năm tháng còn thêm ngăn cách mãi,
Giữa trời lơ lửng cánh mây bay.

2001
Bảo Giang

Cảnh đời

Mái tóc hôm nào đã điểm sương,
Cho bao giấc mộng cảnh vô thường.
Ngày đi mộng ước tràn đôi mắt,
Nhắc mãi ngày về với cố hương.

Tuổi tác vụt qua như giấc mộng,
Đời người mưa nắng chẳng còn vương.
Sổ tay bạn hữu ngày thêm vắng,
Mai mốt còn ai đứng chỉ đường.

2000
Bảo Giang

Chiều Thu 54

Thu tới làm chi, thu hỡi thu!
Quê ta khói lửa với xương mù.
Trăng nam nước đổ đường xưa cũ.
Phố bắc lại thêm lắm cảnh mờ.

Muốn vén mây trôi tìm lối mới,
Cho người bên ấy thoát mưa thu.
Nào ngờ ngày tháng trôi đi mãi.
Nhìn bến năm xưa chẳng thấy bờ.

9-5-1995
Bảo Giang

Tiếng gọi (1)

Mịt mờ bến đỗ ở nơi nao?
Chỉ thấy nơi đây tiếng khóc gào.
Xuân hết thu tàn, đông lại đến,
Hè về thêm vắng cảnh sơn ca.

Ngày đi mái tóc còn đen bóng,
Sớm tối đổi màu nên trắng ra.
Tiếng quốc đêm trường vang vọng mãi.
Mà đời lưu lạc chẳng thêm hoa.

1979
Bảo Giang

Hình ảnh

Về già ngày tháng cũng trôi mau,
Giống cảnh xiêm y đã đổi màu.
Một sớm tóc đen vờn tóc rối,
Xế chiều tóc trắng đuổi theo nhau,

Cây xanh đã đến thời vàng lá,
Trước ngõ vườn hoa cũng đổi màu.
Năm tháng qua mùa hương phấn nhạt,
Đời người thôi nhá cảnh mưa ngâu.

1997
Bảo Giang

Cuộc thế

Ngắm nhìn thế sự cánh bèo ơi,
Hai tiếng giang sơn khéo đổi dời.
Miền bắc thê lương vì quỷ đỏ,
Bến nam đau thắt cảnh ma trơi.

Từ đây nước Việt tanh mưa máu,
Thêm lũ hồ tinh chẳng tính người.
Mã tấu, búa liềm bầy trận thế,
Thôn làng phố thị ngập đầu rơi.

88
Bảo Giang

Cuộc bể dâu

Đường chinh chiến theo vòng nhật nguyệt,
Phận con người vọng kể thắng thua.
Lưới trời ai sẽ tranh đua,
Sáng đùa với nắng, chiều mưa theo mùa!

*

*   *

Đời người trên bến cô liêu,
Kẻ đi ra biển, người về rừng sâu.
Ngửa xem một cảnh rừng dâu,
Hai bên nước chảy, biết đâu là bờ.

Giữa trời cánh én bơ vơ,
Mưa kia nhỏ xuống trên bờ đau thương.
Ngày đi nước mắt còn vương,
Lối về nhắc nhở con đường năm xưa.

Ngày vào chiến cuộc tranh đua,
Đường về con tạo vẫn chưa hài lòng.
Để cho nam bắc long đong,
Sông Gianh hai ngả cõi lòng ngẩn ngơ.

Người đi giữ nước tràn bờ,
Ngày về nối tiếc bóng cờ trên cao.
Bao nhiêu lửa máu dâng trào,
Bấy nhiêu ước nguyện tan vào hư không!

Giận trời trách đất là không,
Đôi bàn tay trắng còn trông mong gì.
Đường nào sẽ dẫn ta đi,
Lối về quê cũ khắc ghi vạn sầu.

*

*   *

Ba mươi trắng bạc mái đầu,
Ngửa lên chỉ thấy mây sầu như tang.
Người dân nước mắt hai hàng,
Nhìn sang đồng đội lại càng thương đau.

Hôm nào tay súng bên nhau,
Chiều nay nước mắt cơn đau cuối đường.
Còn đâu tiếng hát thao trường,
Về đâu tiếng trống quân trường hôm xưa.

Bao ngày dãi nắng, dầm mưa,
Đây lời thề hứa năm xưa dưới cờ.
Gởi theo vận nước trong mơ,
Gởi ngày bất hạnh của đời chiến binh.

Giữa đường tiếng sét lui binh
Phá tan giấc mộng thanh bình yêu thương.
Còn lại đây, một con đường,
Còn lại đây, những phường rong rêu.

Kìa hình trên tấm màn thêu,
Người đi kẻ đứng trong chiều ba mươi.
Một chiều nước mắt tuôn rơi,
Một chiều áo rách cho người dân nam.

Đường mây góc bể than van.
Ngày về oan thác với ngàn xót xa,
Cuộc hành trình, ôi quá xa,
Về trong nháy mắt còn là tang thương.

Còn đây những giọt lệ vương.
Còn đây dấu tích trên đường chia ly.

*

* *

Đường nào sử ký sẽ ghi,
Lời nào núi đá khắc ghi cho đời.
Phải chăng ta chẳng phùng thời,
Phải chăng nước đã đến thời suy vi?

Cho người tan tác chia ly,
Tình nhà nghiệp nước phân ly nhịp cầu.
Gớm thay một cuộc bể dâu,
Xóa tan dấu vết công hầu năm xưa.

Còn chăng cơn lốc trong mưa,
Còn chăng tiếng thét giữa mùa binh đao.
Rằng ai mũ áo chiến bào,
Kìa ai tiếng hát đi vào tang thương.

Về đâu tiếng gọi chiến trường,
Còn đây tiếng thét cuối đường tàn binh.
Về đâu trang sử anh linh,
Còn đây người lính in hình trong gương.

*

*   *

Ba mươi tháng bốn giữa đường,
Thân trai lỡ bước, quê hương vướng sầu.
Ai nghe chăng lời nguyện cầu,
Tình quê lỡ nhịp, chuốc sầu lên nhau.

Vạn người chung một cơn đau,
Triệu dân vội quấn trên đầu khăn tang.
Trẻ thơ nước mắt hai hàng,
Đầu thôn, cuối phố, xóm làng lao đao.

Ngày đi nắng với lên cao,
Người về nước mắt thấm vào hồn non.
Về đâu dấu tích Tiên Long,
Còn đây tiếng khóc giữa lòng quê hương.

Bay đi cánh én yêu thương,
Tìm đâu tiếng sáo trên đường quê ta?
Nửa đời một giấc mơ hoa,
Gói theo vận nước, tan vào hư không.

2024
Bảo Giang

Chí cả

Lưng đeo cung tiễn bước lên đường,
Sông núi phương nam lắm khác thường.
Mây gió theo nhau đan lớp lớp,
Lưng trời mưa nắng đủ ngàn phương.

Thân trai nợ nước chân không mỏi,
Tóc bạc vì đời há ngại sương.
Mai chốn quê nhà ta sẽ nghỉ,
Ước rằng trăng gió gặp nguồn thương.

96

Bảo Giang

Khát vọng ngày đi

Ta ước một ngày dưới nắng mai,
Lưng mây túi vải vượt đường dài.
Cùng người vì nước xây ngày mới,
Tiếng hát dâng cao tới nguyệt đài.

Ta hẹn mai ngày khi trở lại,
Vui cùng tiếng nhạc giữa thiên thai.
Đan tay chung bước trong ngày mới,
Nối kết quê hương với biển dài.

88
Bảo Giang

Lòng son

Một tấm lòng son trả với đời,
Nghìn năm sử sách hẳn còn soi.
Núi Nam ghi dấu đôi chân cứng,
Đất Bắc lưu đời một vết roi.

87

Tay trắng

Mấy chục năm trường mộng vẫn không,
Cửa nhà thanh vắng chỉ mình ông.
Vào ra trăng gió theo ngày tháng,
Nắng mới chưa về đã lại đông.

Mới biết cuộc đời là quá ngắn,
Mai rồi đầu bạc lại răng long.
Ngoài xa ai đó còn trông ngóng,
Có tủi quanh đây một sắc hồng.

87
Bảo Giang

Nắng mới

Nắng mới chưa về khách đứng trông,
Đời người cô quạnh vẫn là không.
Quê hương xa mãi trong tầm mắt,
Biết đến bao giờ mới hết đông.

Trống gõ kèn vang cứ vọng mãi,
Đôi đường cách biệt mộng là không.
Phương nam khát vọng hoa vàng nở,
Đất bắc bèo trôi vớt cỏ hồng?

88
Bảo Giang

Viễn phương hành (p2)

Kỷ niệm chuyến đi ngày 13-01-1981 từ Rạch Giá.
Kính tặng bằng hữu và những ai đã vượt biển khơi. BG.

Kìa con thuyền vẫn lặng lẽ trôi,
Từng giờ qua không bờ chẳng bến,
Cứ lênh đênh giữa biển sóng gào,
Cho người đi tuôn trào ngấn lệ.

Khóc phận mình, hận kẻ vẽ sao,
Đưa dân Việt đi vào cõi chết,
Phần bác đảng chiếm hết non côi.
Đạp cho người không nơi bến nước,

Đàn chim Việt cất bước tung mây,
Tìm Tự Do, lánh xa cộng phỉ.
Mong một ngày đất nước đổi thay.
Ở nơi đó không còn cộng sản,

Ta trở về chung góp đôi tay,
Cùng dân làng dựng xây đời mới.
Kết chung lòng bước tới tương lai,
Đưa Việt Nam đến ngày tươi sáng,

Xóa tan đi bóng dáng yêu tinh.
Cho người người an bình phúc lộc.

*

*   *

Kìa con thuyền vượt biển ra khơi,
Trôi tự do trên đường không bến!
Bờ đất nào sẽ đến với ta,
Hay sóng cuồng đưa ta đi mãi.

Nay ngồi đây, trong ván thuyền này,
Mộng ngày đi khéo là gãy đổ.
Để ta vào bể khổ mênh mông,
Có khi là chẳng mong tới bến.

Bởi mỗi lần, sóng đến dâng cao,
Đưa thuyền lên trăng sao, đỉnh núi,
Rồi lặng lẽ, lao xuống vực sâu,
Cho người đi, một màu mắt trắng,

Từng khuôn mặt tái mét xanh xao,
Hồn lên trời xác vào địa ngục,
Còn lại đây mùi vị tanh tao.
Lúc khởi đầu, người hờn kẻ dỗi.

Sau đôi ngày đổ lỗi cho ai,
Bởi khi đi người người đã biết.
Thuyền vượt biển sống chết cận kề.
Bước quay về súng kê vào cổ.

*

* *

Rồi ngày qua, nắng cũng đi qua,
Bao nhiêu chờ, ước mong chẳng đến.
Nắng mới lên lại sắp về chiều,
Con thuyền kia chẳng ngừng chao đảo.

Theo sóng gào nó vẫn gượng trôi.
Gió trên cao chập chờn theo sóng,
Đầy lòng người tan với cơn mơ.
Hỏi trời cao khi nào tới bến?

Từng đám mây kéo đến trả lời.
Cho lòng người thêm ngàn tan nát.
Cho con thuyền giữa sóng chênh vênh,
Giữa biển trời về đâu ai biết.

Ước mơ nào sẽ đến nơi đây.
Nắng đi qua bóng chiều lại đến,
Người nhìn người như hết ước mơ,
Có chăng là vô vàn hối tiếc.

*

* *

Từng khuôn mặt, khóc mếu khan hơi.
Bao đôi mắt, giận hờn chẳng nói,
Nó mơ hồ như chẳng còn chi.
Mà mỗi giờ qua đi mau quá,

Nắng chiều tàn ta đến nơi đâu?
Có lẽ nào hờn nhau với sóng!
Không, tất cả là một số không.
Còn hơi thở, chẳng dừng hy vọng?

Thuyền lênh đênh, lớp sóng chẳng ngừng,
Giữa đại dương, tìm đường chẳng có,
Cho người đi nước mắt rưng rưng.
Bởi xa kia là rừng bóng tối.

Mà người đi chẳng muốn hẹn hò.
Nắng chiều tàn đêm đen sẽ tới.
Lòng người đi chới với, lao đao,
Cho con thuyền bước vào đêm tối.

Chợt, có tiếng vang lở đất trời,
Trăm đôi mắt, như chờ như đợi.
Có tàu... có tàu... có tàu rồi,
Nghe tiếng reo, người người sống lại.

*

* *

Thuyền bập bềnh như không người lái,
Dưới bóng chiều nắng nhẹ lưng mây,
Hai con thuyền vờn nhau giữa sóng,
Gió rít đều tiếng nói oang oang.

Từ bên kia truyền sang hơi thở:
Phải thuyền Việt Nam vượt biển không?
Nghe tiếng gọi giữa trời sóng vỗ.
Lòng người đi thét vỡ lưng mây.

"Có phải thuyền Việt Nam vượt biển?
"Đói lắm, đói lắm, hết dầu rồi!"
Thêm tiếng gào, vỡ toang trời đất!
"Cứu với, cứu với, hết dầu rồi!

Khi con thuyền kề vai chung sóng.
Từ trên cao thả xuống thang giây,
Ôi, đất trời đan tay hòa hợp.
Cho tiếng gào lấn át biển reo.

Kìa một người, từ trên lần xuống,
Anh mỉm cười, tay chắp đôi tay.
Tiếng nhẹ nhàng mà lay thác đổ,
Cho lòng người hơi thở bừng lên:

'Helo, hêlo..
tôi là Martin, xin chào mọi người ...
Đừng sợ.. . chúng ta là bằng hữu..".

... Nào đứng lên, ta sang thuyền lớn.
Trẻ em trước, người lớn lên sau.
Chầm chậm, ta theo nhau mà bước,
Người nối người, nắm chặt thang giây..."

*

*   *

Ôi giữa trời cơn mơ sống chết,
Đây đôi lời cho thấy ngày mai,
Người nhìn người chen vai nối bước,
Cho lòng người vượt tới lưng mây.

Từ thang giây người lên tàu lớn,
Họ đón người từ chốn tang thương.
Họ nâng niu tay bồng, tay bế,
Dắt díu người như mẹ dìu con.

Bao giọt lệ theo nhau nhỏ xuống,
Ngôn từ nào tả được cơn mơ?
Tôi cuối hàng, chào người thủy thủ.
Anh nhìn tôi, anh biết tiếng Anh?

Tôi gật đầu, rời thuyền viễn xứ.
Anh bảo họ, ngồi xuống điểm danh.
Khi đoàn người lặng yên trên sóng,
Vị thuyền trưởng bước tới đan tay.

Kìa người đứng, người ngồi lại khóc,
Từng đôi mắt, rực sáng trong đêm.

*

*   *

Đêm hồng phúc, giấc mơ đã gặp,
Người nhìn người ánh mắt như sao.
Chẳng hẹn hò mà bao trìu mến,
Cho từng người tay nắm lấy tay.

Tạ ơn trời và mang ơn biển,
Rồi nắng lên đem đến nguồn vui.
Tàu cũng báo cho thuyền nhân biết,
Giờ tiễn biệt chiếc lá biển khơi,

Khi sợi giây, đan nhau vừa đứt,
Thuyền trôi theo sóng nước lênh đênh.
Bao kẻ nhìn, nối theo dòng lệ,
Nó một mình lặng lẽ ra đi...

Thuyền nhấp nhô, một mình theo sóng,
Nó vươn lên đón gió đổi đời.
Cuộn sóng về như mời như gọi,
Thuyền nghiêng mình lên tới đỉnh cao.

Rồi chúi xuống, đi vào vực thẳm.
Nước mắt trào, lăn xuống trên môi.

*

*   *

Chợt, đôi chân kéo tôi qùy xuống,
Tôi bái trời, nhìn với con tàu.
Đã cho tôi đến bờ ước vọng.
Còn bao người chiếc bóng mong manh?

Trói đời mình trên ghe vượt biển,
Đổi mạng sống để lấy Tự Do.
Ngày ra đi có là tới bến,
Hay thác đổ giữa sóng đại dương?

Kìa nước mắt vương trên biển lớn,
Khẩn nguyện Trời xin tới dủ thương.
Không phải cứu con thuyền vượt biển.
Hãy giúp trừ cộng phỉ (ở) quê tôi.

Để từ đó không thuyền vượt biển,
Cho người già một giấc ngủ yên.
Cho trẻ thơ yên vui đời mới,
Với tiếng cười bên mái tranh xưa.

Dân tôi nghèo nhưng chưa sợ khó,
Cộng sản đến, họ bỏ ra đi.
Thà ta chết trên rừng, giữa sóng,
Hơn ở lại, sống với giặc hồ.

Lòng biển này đã tràn nước mắt,
Của những người khổ nhất thế gian.
Lạy Trời cao, xin Ngài thương đến,
Những con thuyền vượt biển đêm nay.

*

* *

Rồi nắng lên giữa trời muôn sắc,
Sóng biển gào theo gió lui đi.
Để lại đây muôn nghìn dấu ấn,
Theo tiếng cười sớm dậy trên boong.

Kìa tiếng còi lưng mây như gọi,
Gọi người đi nhớ tới quê xưa.
Gọi con thuyền chớ quên ngày tháng,
Gọi con người ghi nhớ hôm nay.

*
* *

Chợt... giọt nhòa chạy đua trên má.
Tiếng sóng gào vang mãi không ngưng.
Tôi qùy xuống, mắt rưng ngấn lệ.
Rồi tiếng nấc... nấc nhẹ như không.
Mẹ ơi...

Kỷ niệm chuyến đi ngày 13-01-1981 từ Rạch Giá.
1-2-2012
Bảo Giang

Đối bóng

Tháng hết năm tàn ta với ta,
Rượu đây ta chuốc một mình ta.
Ngày đi, đi mãi xuân không lại,
Đêm đến, đến theo vết bóng tà.

Chẳng có tiếng loa gà gọi sáng,
Đường nào cho thấy cảnh xuân ca.
Phải chăng trời đất không duyên phận,
Để dấu năm xưa mãi nhạt nhòa.

89
Bảo Giang

Tình Mẹ

Kìa người mẹ ôm con nức nở,
Nước mắt dài chảy giữa rừng hoang.
Đôi tay gầy, lòng hơn biển cả,
Bà một đời vì nước vì con.

Tình của mẹ vượt ngàn dâu bể.
Dẫu thác ghềnh chẳng thể ngăn chia.
Bà quỳ xuống, đất trời rúng động,
Con ơi, mẹ đến đón con về.

Làng quê ta dẫu nghèo khó lắm,
Vẫn còn đây mảnh ván cho con.
Vẫn còn đây căn nhà mái lá,
Và còn đây tiếng hát bên con...

*

* *

Mẹ nhớ ngày con vào cuộc thế,
Này tiếng khóc cho mẹ quên đau.
Quên đợi chờ, quên bao lo lắng,
Quên cả những ngày tháng cưu mang.

Kìa những đêm bên đèn trở giấc,
Đây cơn đau xé đứt ruột, gan.
Rồi ước nguyện cho ngày mau tới,
Để cả nhà nhìn thấy mặt con.

Mà trời rằng giờ còn chưa đến,
Cho con trẻ cất tiếng oa oa.
Mẹ lặng lẽ ôm thân chờ đợi,
Chờ nắng mới con được sinh ra.

*

* *

Rồi một ngày hoan ca đã đến,
Con chào đời tiếng thét vươn cao.
Mẹ mở bừng hai con mắt đỏ,
Gắng nhìn sao cho tỏ mặt con.

Con ơi, này niềm vui nước mắt,
Của cả nhà nhỏ xuống bên con.
Mừng cho con và cho cha mẹ.
Mừng nhà ta trọn vẹn vuông tròn.

Rồi từ đây đợi con khôn lớn,
Con tập đi, tập đứng với đời.
Con biết cười, biết đùa với bạn,
Con tập nói, tập hỏi người thân.

Nhìn nắng mai vươn lên đỉnh núi,
Con tung tăng nhảy múa giữa nhà.
Cười với gió, vui đùa với nắng,
Con cất tiếng, hò hát ngân nga.

Lòng con trẻ như hoa mới nở.
Con bắt đầu đôi chữ ê a.
Cha đã mua cho con cuốn vở,
Mai nắng lên mẹ dẫn đến trường.

*

* *

Rồi ngày đợi tháng chờ đã đến,
Con nhanh chân đếm bước trên đường.
Đây nhịp bước ngập ngừng trước cổng,
Kia ngọn cờ tiếng trống vang vang.

Con reo vui bước vào thế giới,
Ở đó là tình nước, tình người.
Ở đó là nguồn vui, ngày mới,
Ở đó là tiếng nói quê ta.

Này đôi nét khởi đầu tập viết,
Con nhẩm đọc hai tiếng Việt Nam.
Tay run run trong lòng trống thúc,
Nghe tiếng mời những bước đua tranh.

Này xã hội gia đình, tổ quốc,
Là điểm tựa cho bước tương lai.
Mai lớn khôn đem thân báo đáp,
Bằng sức mạnh, bằng cả con tim.

Mẹ chẳng màng cao sang quyền thế,
Cha chỉ mong con sẽ nên người.
Khi vào đời biết thương đồng loại,
Và yêu mến tổ quốc của ta.

*

* *

Đây, bài học dẫn vào lịch sử,
Ở đó, bao người đã chung tay.
Góp tài, góp sức và mạng sống,
Để cho ta mảnh đất hôm nay.

Người đi trước, đan tay tiến bước,
Chung một lòng kết ước bên nhau.
Cho đất Việt ngàn sau kiên vững,
Đến vạn thế con cháu hiên ngang.

Đường lịch sử mai này con hiểu.
Là nhịp sống hơi thở của ta.
Như chữ A đầu đời bỡ ngỡ,
Con sẽ học được chữ quê hương.

Ở đó, con biết thương đồng loại,
Biết giữ gìn nội ngoại đôi bên.
Rồi tiếp tục lưu truyền con cháu.
Muôn thế hệ giữ đến đời đời.

Vậy đó, nhưng dòng đời vẫn đổi,
Con ơi, con hãy lớn cho mau.
Đường tổ quốc nghìn sau vẫn đợi.
Hãy đan tay góp sức bên nhau.

Mảnh đất này tiền nhân gầy dựng,
Từ nơi đây ta được sinh ra.
Con hãy giữ cho đàn con cháu,
Sống yên vui dưới một mái nhà.

Con hãy nhớ, đây là đất Việt,
Ở nơi đây lễ giáo làm đầu.
Ở nơi đây người người vì nước,
Chung hướng đi giữ vững lẽ trời.

Ở đó là Việt Nam Độc Lập.
Ở đó là nguồn sống Tự Do.
Ta chen vai chung lo ngày mới,
Ta bước theo Công Lý dẫn đường...

*

* *

Nếu một ngày, khi con đã lớn.
Đất nước này gặp cảnh nguy nan.
Hãy đứng dậy, đan tay bước tới,
Ta mặc vào tấm áo chiến binh.

Ra biên cương, vang vang tiếng trống,
Khắp đất trời chung một vòng tay.
Non nước Việt nghìn năm như núi,
Dân tộc này vĩnh viễn tiến lên.

Đường lịch sử xây nền công lý,
Đây máu sương bảo vệ sơn hà.
Ngày ta đi dẫu là nắng lửa,
Bước quay về đất nước hoan ca.

Mẹ mừng vui, mắt nhòa ngấn lệ,
Bởi con yêu đã lớn thành người.
Giơ cao tay giữa trời giông bão,
Cho ước nguyện tổ quốc vinh thăng.

Nhà Việt Nam, ngàn năm kiên vững,
Đất nước này vĩnh viễn vươn cao.
Đường bắc nam hoa vàng tươi nở,
Giòng máu Việt lại trở về tim.

*

* *

Con hãy giữ tâm hồn trong sáng,
Không theo giặc bội phản giang sơn.
Mẹ chỉ mừng khi con vì nước,
Không đem thân luồn bước, thờ tàu.

Bài lịch sử con luôn phải nhớ,
Mảnh dất này đã lắm gian nan.
Một trăm năm giặc tây đô hộ,
Và chuyện dài bắc thuộc ngàn năm.

Ở nơi đây, vạn ngàn hào kiệt,
Người vì nước chẳng tiếc tấm thân.
Kìa Trưng Vương tấm gương ngời sáng,
Đây Quang Trung, Quốc Tuấn dẫn đường.

Rồi Lê Lợi mười năm gian khổ,
Vì nghiệp nước đã có Lê Lai.
Việt Nam ta từng ngày lớn dậy.
Đến đời đời tiếng hát vọng vang.

Con hãy nhớ, vì dân vì nước,
Đường còn dài phải quyết mà đi.
Gặp thời cuộc, đao binh nắng lửa,
Khó tránh được máu đổ xương phơi.

Ta phải đứng với lời minh ước,
Lấy đời mình báo đáp quê hương.
Chờ ngày về ta cùng vui sống,
Tay đan tay dưới một bóng cờ.

Đi đi con, đây là nước mắt,
Mẹ đã khóc, những giọt lệ mừng.
Mừng vì con biết yêu tổ quốc,
Biết vì đời, vì nước quên thân.

Con phải sống, không làm trâu ngựa,
Không thờ giặc, triệt hạ dân ta.
Được như vậy cả nhà mừng lắm,
Và nước non này cảm ơn con.

*

*   *

Mẹ vẫn nhớ, vào thời đấu tố.
Cộng đan tay giết bỏ dân lành.
Kìa một nhà có vài mẫu ruộng.
Đổ mồ hôi kiếm được bát cơm.

Nắng chưa lên, chồng cày vợ cấy,
Được bữa cơm, tối đã lên đèn.
Muôn lao khổ mong ngày mai sáng,
Gặp cái thời giáo mác đảo điên.

Chúng đua nhau, mài dao giết mướn,
Kẻ có học, mua chước vinh hoa.
Sống như loài không cha không mẹ,
Không biết gì đến chữ tình người.

Nay con đi vì đường chính nghĩa,
Dòng lệ mừng sẽ chảy sớm hôm.
Mẹ hân hoan vì con đã lớn,
Lấy tấm thân báo đáp giang sơn.

*
* *

Đi đi con ngày rồi sẽ hết,
Non nước Việt vĩnh viễn còn đây.
Con vào đời thân trai chí lớn,
Hãy gánh lấy hai chữ non sông.

Ở nơi đây cho ta cuộc sống,
Đã ngàn năm gắn bó với ta.
Và đời đời cùng ta kết ước,
Hãy đan tay bước tới tương lai.

Và đây là, lá cờ tổ quốc,
Là ánh đuốc giữ lấy lẽ trời.
Là ánh sáng mở đường công lý
Là tiếng nói của chính chúng ta.

Nay lịch sử truyền cho con cháu,
Ánh cờ Vàng như nắng quê hương.
Là màu cờ muôn đời bền vững,
Con nhận lấy và hãy lên đường...

1-5-2000
Bảo Giang

MỤC LỤC TẬP 9

BẢO GIANG

TÌNH NƯỚC

The Nation's Poetry 10

Tập 10

Ca Khúc Thanh Bình

Sydney 2025

BẠN THÂN MẾN,

Sau ngày 30-4-1975, khi nói đến những người Việt Nam đi tìm Tự Do trên những con thuyền vượt biển đông, tự điển của thế giới đã ghi nhận một từ mới là "Boat's People" nghĩa là "Thuyền Nhân". Về phía Việt Nam, tự điển và nhân gian từ xưa đã ghi rõ nghĩa của từ Vượt Biển, thay cho một nhóm chữ dài và đầy đủ hơn là: "chạy trốn cộng sản".

Việc chạy trốn cộng sản, dĩ nhiên, không phải tới 1975 mới có. Nhưng đã bắt đầu ngay từ những năm 1930, rồi trở thành một phong trào ở miền quê đất bắc từ trước 1945. Bất cứ nơi đâu có Việt cộng xuất hiện là có từng đoàn người dân chạy trốn bản mặt chúng. Đến khi hiệp định Geneve 1954 ra đời, việc trốn chạy VC trở thành một phong trào với cấp độ quốc gia. Từ đây, chính phủ đã trực tiếp hỗ trợ phong trào này. Hơn thế, còn dùng mọi phương tiện để giúp đỡ cho cuộc di cư, đưa người trốn chạy cộng sản đến được bến bờ tự do. Đây là cuộc di cư vô tiền, khống hậu, trong lịch sử của Việt Nam và cả thế giới nữa.

Chuyện di cư đầy nước mắt này, những tưởng rằng năm 1954 là đoạn kết và sau đó là hồi hương. Không ngờ, nó tiếp tục kéo dài với cuộc chiến ở miền nam trong 20 năm sau. Trong thời gian ấy, bất cứ vùng miền nào có Việt cộng mò đến, là người dân lại bỏ nhà cửa, bỏ ruộng vườn, để chạy về phần đất nơi có quân đội của Việt Nam Cộng Hòa trấn giữ, mà xây dựng lại cuộc sống của mình. Bất hạnh thay, kẻ chiến thắng trong cuộc chiến tranh này lại không phải là VNCH và miền đất có tình thương mến với những con người ôm ấp chữ Tự Do và Độc Lập cho dân tộc mình. Nhưng lại là tập đoàn cộng phỉ Hồ chí Minh.

Khi chiến tranh chấm dứt vào ngày 30-4-1975, những tưởng là chữ di cư đã có đoạn kết. Ai ngờ, khi thấy tập đoàn bằng hữu của Hồ chí Minh mò đến, người dân Việt Nam lại cuống cuồng, bỏ nhà, bỏ phố mà chạy. Lần này, họ bỏ nhà, bỏ thôn xóm, bỏ cả quê hương để chạy ra biển với hy vọng thoát khỏi cái ách, cái bản mặt nhơ bẩn của chúng.

Những cuộc ra đi này đã làm chấn động lương tâm thế giới. Vì trên những chiếc thuyền mong manh kia, có cả hàng trăm sinh mệnh, từ ông già bà cả gần đất xa trời, đến những thanh nam, tú nữ hay các em nhỏ đều theo nhau vượt đại dương để đi tìm Tự Do. Những chuyến đi này đã làm rúng động lương tâm thế giới. Nhiều quốc gia đã đưa cả tàu ra biển khơi để đón người tỵ nạn Việt Nam. Và từ đây, họ được trao tặng một danh xưng mới trong từ điển thế giới là "Boat People".

"Boat People" là từ chỉ người VN bỏ nước ra đi vì khát vọng Tự Do. Họ đi để trả lời cho câu hỏi Tự Do hay là Chết?

- Tại sao lại là Chết?

Đơn giản là trên con thuyền vượt biển khơi kia có cái chết gần hơn sự sống. Chết từ khi ra khỏi nhà, khi xuống thuyền ra khơi. Chết, vì sóng gió, chết vì đạn AK của Việt cộng, và cả cái chết bất thường khi lỡ gặp hải tặc trên biển …

- Việt cộng (Cộng sản) còn tàn ác hơn cả sự chết ư?

Phải, có ai sợ chết trên biển khi vượt biên đâu. Nhưng tất cả lại rùng mình khi phải sống với Việt cộng. Nghĩa là, ra đi dù là trăm bề nguy khó, người đi vẫn còn hy vọng có ngày mai cho mình và cho con cháu mình được sống. Sống làm người. Còn ở lại, chỉ có một kiếp đời nô lệ cho CS đã sẵn chờ mà thôi.

Theo đó, không phải chỉ có bấy nhiêu người Việt Nam tới bến là những người đã rời bỏ quê hương của mình trong thời cộng sản. Nhưng con số thật, lớn hơn thế nhiều. Thực tế, có đến trên 90% dân số ở đây, kể cả con cháu của CS cũng đều muốn ra đi. Chẳng có mấy kẻ muốn ở lại, hoặc, sang Tầu, sang Bắc Hàn, Cuba… thậm chi là Liên Sô để hưởng lộc. Nhưng tất cả đều muốn ào xuống biển, rồi sang Tây, sang Mỹ, Canada, Australia… họ lấy mạng sống mình để đổi lấy chữ Tự Do.

- Tại sao thế?

Vì ở đó có Tự Do, có hơi thở của những con người.

Trước đây cũng thế, vì ước vọng được sống trong Tự Do, đã có hàng triệu người Việt Nam bỏ bắc vào nam năm 1954. Và nay, sau 1975 lại đến hàng triệu người khác, bỏ quê hương mình, bỏ cả cha mẹ, vượt biển khơi mà đi.

- Khi đi, họ ước mong gì?

Tự Do, Tự Do và Tự Do. Cách riêng, xa lánh hẳn cái bản mặt gian ác của tập đoàn CS/HCM. Và nếu có cơ hội sẽ trực tiếp tham dự vào những chương trình loại trừ giai cấp vô sản, vô đạo này ra khỏi đất nước Việt Nam.

- Đã đến bờ Tự Do rồi, bạn sẽ làm gì đây?

Tôi tin rằng, tất cả những người đi và đến được bến bờ tự do đều có chung một cách nhìn là:

Tạ ơn trời đất, tạ ơn con thuyền, tạ ơn ân nhân, và rồi là tạ ơn mảnh đất tạm dung này. Và ngàn người như một đều ước mong chung tay cho ngày về. Mong nơi đó, không còn bóng dáng của loài tàn nô CS. Mong nơi đó sẽ mãi mãi là một quê hương Tự Do, Độc Lập. Nơi con người được hưởng trọn vẹn tình người và Công Lý của xã hội.

Bảo Giang
2025

Ca khúc thanh bình

Việt Nam ơi, hòa bình đã tới,
Ta đan tay đứng dưới nắng vàng.
Nào về đây bên nhau ta hát,
Cho tiếng ca vang rạng đất trời.

Việt Nam ơi, đây trời nắng mới,
Tiếng hát ca vọng tới cuối trời.
Cha ông ta một đời vì nước,
Con cháu Việt cất bước như thơ.

Nhìn trên cao lá cờ Tổ Quốc,
Đã nghìn năm vững bước uy linh.
Đến muôn đời còn vang tiếng hát,
Đưa dân Việt hướng tới tương lai.

*

* *

Việt Nam ơi, đan tay đứng dậy,
Ta đứng dậy trên vạn nẻo đường.
Ta vượt qua muôn ngàn gian khó,
Ta lướt tới như gió giữa trời.

Đường ta đi dẫu thời nguy khó.
Ta vẫn đi vì chữ Tự Do.
Người đưa về chuyến đò Công Lý,
Tôi viết về sử ký phương nam.

Đường quê ta đây làn gió mới,
Đón người về kết nối vòng tay.
Ta ca vang, bài ca Độc Lập,
Dân bước tới, kết giải đồng tâm.

Đường quê ta ngân vang tiếng trống,
Bước ta về ánh đuốc dâng cao.
Cho người người bước vào nắng mới,
Đưa nước Việt hướng tới ngày mai.

Bạn đường ơi, về đây chung bước,
Ta cùng đi với đất nước nam.
Đường hôm nay dẫu còn gian khổ,
Ta chung tay sẽ nở hoa tươi.

Ta đan tay cho đời đổi mới,
Ta bước tới đất mở tương lai.
Dân ta về với ngày hội lớn,
Ta kết đoàn hồn nước dâng cao.

Nào đứng lên đón chào nắng mới,
Ta sống với sông núi thênh thang.
Ta một lòng đem thân vì nước,
Rạng đất trời nhịp bước vang vang.

*

* *

Đường anh đi với ngàn tiếng hát,
Bước em về tiếng thét oai linh.
Người đan tay trên đường Công Lý.
Em đứng dậy sử ký đề danh.

Việt Nam ơi sông dài biển lớn,
Ta quy về sống với dân ta.
Kìa rừng sâu quân thù tan xác,
Đây đất Việt tiếng hát vang vang.

Việt Nam ơi, đây ngày đổi mới,
Năm mươi năm khốn khổ qua rồi.
Nay ta về xây đời sống mới,
Cho ngàn sau đất nước nở hoa.

Ngày ta về chung hoà tiếng hát,
Ta bên nhau lấp biển dời non.
Đường quê ta không còn nguy khó.
Dân ta về vui thỏa tiếng ca.

*

* *

Đường Tự Do vang vang tiếng gọi,
Việt Nam ơi đứng dậy mà đi,
Ta đứng dậy, ta đi vì nước,
Ta đứng dậy, vững bước bên nhau.

Ta bước đi cho ngày đổi mới.
Ta bước tới cho đất chuyển mình.
Đường ta đi chỉ vì sông núi,
Bước ta về sống với quê hương.

Ta đan tay trên đường hoa nở,
Cho người người hơi thở thênh thang.
Ta ra đi vượt ngàn bão táp,
Bước ta về sống thác bên nhau.

Kìa trẻ thơ vui hòa trong nắng,
Giữa sân trường tiếng hát vang vang
Đồng ruộng kia thơm ngàn nhánh lúa,
Làng thôn ta rạng rỡ tiếng cười,

Ta về đây với trời đất mới,
Dưới ánh vàng chung đón nắng lên.
Cho cha già vạn niên yên giấc,
Cho đuốc Việt mãi mãi trên cao.

Ta đan tay bước vào ngày mới,
Ta kết đoàn mở hội hoa đăng.
Việt Nam ơi trên đường Độc Lập,
Dân tộc ta thống nhất, Tự Do.

Nhà Việt Nam xây đời Công Lý,
Xóa tan đi bóng tối, điêu linh.

*

*   *

Việt Nam ơi, nhớ chăng hồn nước,
Hãy lắng nghe nhịp bước trên đường.
Từ nửa đêm trống vang kèn vọng,
Gọi muôn người đứng dậy đan tay.

Đường phương bắc đập tan giặc cộng,
Đất phía Nam xây dựng Cộng Hòa.
Làng quê ta không còn tiếng khóc,
Đất nước ta vui cảnh thái hòa.

Người bên người đan tay bước tới,
Anh với tôi chung khúc hoan ca.
Đường ta đi nắng vàng rực rỡ,
Bước dân về nhịp thở hân hoan.

Ngày Việt Nam vinh quang đã tới,
Người bên người sống với yêu thương.
Đường tương lai thênh thang một cõi,
Bước dân về nhịp sống yên vui.

Việt Nam ơi, đất trời chung lối,
Kèn loa vang mở hội trên mây.
Nào đứng dậy đan tay ta bước,
Hỡi những người yêu nước Việt Nam.

2010
Bảo Giang

Đường chinh nhân (2)

Đường chinh nhân vai kề gió núi,
Bước quy về hát khúc hoan ca.
Hồn anh linh quyện vào non nước,
Đất quê mẹ sống với tình người.

Đến ngàn sau còn lời nhắn gởi,
Kính dâng người chiến sỹ vì dân.
Cho muôn lòng, hướng về quê cũ,
Cùng đất trời chung khúc ca vang.

*

* *

Mai anh về suối ngàn đất mới,
Hay anh về với nắng quê hương.
Ở đó là linh đường tổ quốc,
Ở đó là đất nước Tự Do.

Sẽ ngàn đời đan tay bước tới,
Vẫn vạn đời khắc cốt ghi tâm.
Nhớ ơn Người đem thân vì nước,
Đã vì đời trấn bước nguy nan.

Kìa bao người vì dân kết ước,
Đưa giang sơn đến bước thanh bình.
Để ngàn đời rạng danh nước Việt,
Cho cháu con bước tiến thênh thang.

*

* *

Ngày anh về, trời Nam nắng mới,
Mảnh đất này sống với tên anh.
Hàng cờ cao với ngàn tiếng hát,
Triệu con dân đứng sẵn trên đường.

Đợi anh về ca vang chiến thắng,
Đón anh về với nắng quê hương.
Cùng dâng người vòng hoa lưu ký,
Với tâm tình cảm mến tri ân.

Này lòng thành của toàn dân Việt,
Gởi dâng người vì nước hiến thân.
Tạ ơn người vì dân vì nước,
Tạ ơn Người vì nghĩa giang san.

1989
Bảo Giang

Ngày về

Rồi một chiều nắng xuống chân đê.
Tôi trở về làng quê ngày trước,
Nơi hôm nào cất bước ra đi,
Con đường này nằm im lặng bóng.

Nay quay về như sóng triều dâng,
Bởi lòng tôi có ngàn câu hỏi,
Cho đôi chân bối rối trên đường.
Và đôi mắt cũng dường như khác,

*

* *

Đây con đường hôm ấy tôi đi.
Nay trở về chừng như xa lạ,
Hỏi mái nhà ngày ấy ra sao,
Có lẽ nào chẳng còn nhung nhớ?

Đây con đường, ngày xưa tôi đã,
Mỗi sớm chiều với nắng mưa rơi.
Tôi vẫn thường rong chơi với nó,
Nay trở về sao lắm đổi thay.

Kìa sân trường, lá rơi nhiều quá,
Lớp học trò, ngày ấy nay đâu?
Hàng ngói đỏ bây giờ rêu mốc,
Với bức tường đã tróc lớp sơn.

Đâu hàng phượng của ngày thơ ấu?
Tôi dừng lại, bước tới nhìn quanh.
Cảnh trường xưa hiện ra trước mắt,
Lũ học trò, hò hét trên sân.

Nay tất cả âm thầm, trống vắng.
Như xa lạ, như đã ngàn năm.
Biết tìm đâu những ngày tháng trước,
Với tiếng cười, tiếng nói vang vang.

*

* *

Tôi tìm về con đường thơ ấu,
Cảnh xưa đây, sao vắng bóng người.
Cũng chẳng nghe tiếng cười, tiếng khóc,
Của những ngày cặp sách trên tay.

Tôi đứng lặng trong chiều vương nắng,
Nhà xưa đây sao chẳng bóng người.
Ngó lên cao mái chừng rêu mốc,
Bức tường vôi như đã quá già.

Nhìn quanh đây khung trời như đổi,
Cảnh nơi đây đã khác đi nhiều.
Tôi nhanh chân bước lên thềm vắng,
Chẳng thấy người cũng chẳng tiếng ca.

Mẹ ơi... tôi đưa tay gõ cửa,
Có tiếng ho thay tiếng trả lời.
Tôi bước vào, lạy trời, lạy đất,
Đây cô em nhỏ, lúc tôi đi.

Nay gặp lại, tóc đen đã bạc,
Tôi ngỡ ngàng, tưởng gặp chiêm bao!

*

*   *

Năm mươi năm có là khác biệt,
Để cho em nhận diện người thân.
Ồ, anh tôi ... anh tôi về bến!
Rồi tiếng nói, chợt nghẹn trong tim.

Giờ anh về là muôn trống vắng,
Căn nhà xưa chẳng bóng mẹ cha.
Mong ngoài kia không cành lá đỏ,
Để cả nước vui với tương lai.

Rồi nước mắt lăn dài trên má,
Tôi ôm em, nấc nghẹn không lời.

*

*   *

Đàn con cháu lúc đầu bỡ ngỡ,
Thoáng gọi nhau, tay với lấy tay.
Cho hơi thở tràn thay nước mắt,
Giữa tiếng cười cảnh đã vui hơn.

Tôi nhìn lên, trên hương án cũ,
Ảnh mẹ cha như đã mờ dần.
Khói hương quyện theo dòng tóc mẹ,
Cho nước mắt, ngấn lệ đàn con.

Ngày con đi mẹ tràn nước mắt,
Lúc con về, lệ đẫm mặt con.
Mẹ cha ơi, một đời cách trở,
Đây ngày về, con trẻ bơ vơ.

Ngày con đi, xa bờ cách bến,
Mẹ ở lại, ánh nến nén hương.
Những mong con, thuận buồm xuôi gió,
Vượt biển dài, đến bến bình an.

Để một mai quay về bên mẹ,
Tay trong tay vui kể chuyện dài.
Có ai ngờ tháng ngày mong đợi,
Cha mẹ già cất bước theo mây,

Nay con về với gian nhà trống,
Để cho con một bóng cô đơn.

*

* *

Nhớ hôm xưa, khi vào cuộc chiến,
Mẹ tiễn con, từng đứa lên đường.
Anh con đi, nén hương trở lại,
Cho đời mẹ, vết rách đau thương.

Rồi chiến tranh cuối đường thua, thắng,
Lũ con mẹ lại gánh hành trang,
Đi "cải tạo" như phường nô lệ,
Đời lao tù, nuốt lệ thay cơm.

Năm tháng qua ngày về chẳng có,
Sáng nắng lên, ngóng gió trông mây.
Lúc chiều về chân trao ổ khóa,
Một đời tù, cho thỏa mộng du!

Mộng ngày về, cho dù thoáng mắt,
Cuộc đời này, sống thác đổi thay.
Đến một chiều, theo ngày ước hẹn,
Lệ mẹ tràn khi đếm hoàng hôn.

*

*   *

Nhớ hôm nao xa trời đất bắc,
Mẹ dặn con đừng nhắc cố hương.
Mấy ai ngờ, đường vương dấu lệ,
Cho một đời cách biệt bắc nam.

Sau đến con, rời nam cách Việt,
Bước tha hương, tìm đến xứ người.
Năm mươi năm xa rời đất nước,
Ngày trở về, muôn bước vấn vương.

Gặp mẹ cha là ngàn năm trước,
Để cho con tiếng nấc vỡ đời.
Mừng gia đình trong giờ họp mặt,
Cho nước mắt chảy mãi không vơi.

*

* *

Cha Mẹ ơi, đường nào sẽ đến,
Đất nước này như bến chia ly.
Đã ba đời chỉ vì giáo mác,
Mảnh đất Việt, tan tác, phân ly.

Mong ngày mai khi bình minh đến,
Nắng mới về cặp bến nở hoa.
Để muôn nhà nương nhau chung bóng,
Cho người người vui sống hân hoan.

Đường Việt Nam không còn cộng sản,
Đây cảnh nhà tay nắm lấy tay.
Người bên người dẫu là mưa nắng,
Khắp nẻo đường chiêng trống vang vang.

Rồi nắng lên đình làng rộng mở,
Bao lớp trẻ vui với sân trường.
Đường tương lai hoa vàng vươn nắng,
Danh nước Việt rạng khắp muôn phương.

2020
Bảo Giang

Hoà bình ơi, hòa bình! (12)

1.
Tiếng hát vươn cao đến tận trời,
Hòa bình rồi hỡi hòa bình ơi.
Bắc Nam từ đây chia hai lối,
Quang gánh trên vai nghẹn đắng lời.
Cộng đến dơ cao cờ lá đỏ,
Bắc Nam ly biệt lệ tuôn rơi.
Hẹn mai nắng mới thanh bình đến,
Ta sẽ về đây dựng lại đời.

2.
Ta sẽ về đây dựng lại đời.
Hòa bình rồi hỡi hòa bình ơi.
Đường quê năm trước giờ ra khác,
Đất nước chia hai đắng nghẹn lời.
Phía bắc cúi đầu thờ hán sở,
Phương nam ngửa mặt sống như mơ.
Non xanh nước biếc người vui sống,
Tiếng hát dâng cao đến tận trời.

3.
Tiếng hát dâng cao đến tận trời,
Hoà bình rồi, hỡi hoà bình ơi.
Phương nam nắng ấm hoa đua nở,
Dân đứng hiên ngang giữa đất trời.
Vận nước nghìn sau còn vang mãi,
Hoa vàng trong nắng đẹp như thơ.
Đường chiều sánh bước đan tay hát,
Tiếng hát vang vang rạng cõi đời.

4.
Tiếng hát vang vang rạng cõi đời,
Người đi chinh chiến nhịp xa khơi.
Tình quê lai láng theo hồn nước,
Chí cả dâng cao rạng đất trời.
Già trẻ đan tay cùng nhịp bước,
Chung lưng gánh vác giúp cho đời.
Nghìn sau còn mãi bài kinh sử,
Đất mới phương nam sống tình người.

5.
Đất mới phương nam sống tình người.
Ngoài kia giáo mác thế môi cười.
Tìm đâu êm ấm khi cờ đỏ,
Chỉ có đau thương triệt mệnh đời.
Đất bắc vào tay hề múa rối,
Người dân gặp họa, bước chơi vơi.
Trẻ thơ không quần không manh áo,
Sáng tối thi đua hát nghẹn lời.

6.
Sáng tối thi đua hát nghẹn lời.
Làng trên xóm dưới chẳng môi cười.
Đầu đường dáo mác thay tay súng,
Cuối phố quê xưa chết nửa đời.
Mũ cối giơ cao cành lá đỏ,
Vạn dân trắng mắt, nghẹn thay lời.
Gió mưa cũng trốn không về nữa,
Mã tấu vung lên sáng rực trời.

7.

Mã tấu vung lên sáng rực trời,
Đầu dân rơi xuống bác vui cười.
Đồng khô con khóc không ngừng tiếng,
Đất cũ mẹ đi chẳng một lời.
Từ đấy đau thương dân giữ lấy,
Bảng vàng đảng nghiệp bác vui chơi.
Giữa hè hoa phượng tươi như máu,
Súng nổ vang vang chết vạn người.

8.

Súng nổ vang vang chết vạn người.
Hoà bình rồi, hỡi hòa bình ơi.
Hôm nay áo mới vui quà tết,
Đàn cháu thơ ngây đứng chật nhà.
Nửa đêm Hồ đến cho pháo nổ,
Sáng ra thịt vỡ quyện xương rơi.
Thân người, kèo cột, loang loang máu,
Bác đảng thay phiên chén rượu hời.

9.
Bác đảng thay phiên chén rượu Hời,
Vạn dân trắng mắt, nghẹn không lời.
Hình trên hồ đứng, hai tay chắp,
Cảnh dưới xoa râu, một khách Hời.
Từ đấy quê ta chung một ách,
Ông già bà cả ước sao rơi.
Ngoài kia lớp trẻ không đèn sách,
Chỉ có loa vang bác đảng cười.

10.
Chỉ có loa vang bác đảng cười,
Người người ngấn lệ ước sao rơi.
Hoà bình, cộng đến không cơm áo.
Tổ quốc tang thương hết một thời.

7-2000
Bảo Giang

Hạ vắng

Tôi lang thang trên đường phố vắng,
Khi nắng đỏ, đổ xuống phương nam.
Con đường này như dài hơn trước,
Tôi bước đi mà chẳng đến nhà.

*

* *

Tôi vẫn nhớ sân trường hôm ấy,
Cảnh chia ly lặng lẽ không lời.
Người tiễn người bằng đôi mắt trắng,
Bước ra đi chẳng tiếng hẹn hò.

Trong đáy mắt còn đầy vương vấn,
Mà tháng ngày như thấy tang thương,
Chẳng một người nói lời từ giã,
Cũng chẳng buồn hẹn lại ngày mai.

Bởi ngoài kia đạn vang pháo nổ,
Giữa lòng phố người bỏ ra đi.
Có tiếng cười đi theo tiếng khóc,
Tôi quay về với mái nhà xưa.

Những tưởng là, từ nay đổi khác,
Ta về đây học sách Bá Di,*
Sáng ra đồng chăm lo cày cuốc,
Chiều về nhà, cốc rượu chén cơm.

Tối ngắm trời, theo mây gọi gió,
Cho tháng ngày thong thả chim bay.
Ta sẽ quên mái trường xưa ấy ,
Và quên đi bóng dáng hôm nào.

Có ai ngờ, tháng ngày mưa nắng,
Tôi quay lại với mái trường xưa.
Nàng như khác trong tà áo ngắn,
Cho bóng hình, giáo mác vươn lên?

*

* *

Em hăng say, rao bài giáo án.
Lũ bạn xưa, nghẹn đắng không lời.
Tôi đứng chờ, sân trường nắng tắt,
Ước hân hoan, ánh mắt lên đèn.

Rồi em đến, bàn tay lạnh lẽo,
Mắt môi kia chẳng có nụ cười.
Đời đã đổi, tiếng cười cũng khác,
Nàng nhìn tôi, tay nắm lấy tay.

Đôi mắt ấy còn say tình cũ,
Nét xuân xưa như đã phai màu.
Cho tiếng lòng thêm ngàn trống vắng:
Anh không đi, ở lại làm chi?

*
* *

Cuộc gặp gỡ chừng như quá ngắn,
Tiếng chia ly tan vỡ giữa đường.
Rồi nước mắt rơi trên vạt áo,
Khóc cho nhau xa mãi mái trường.

Em ra về với tà áo ngắn.
Mảnh cờ hồng dưới nắng chiều phai.
Tôi đứng lại nhìn trời ngó đất,
Quãng đường dài, thoáng mắt chia xa.

Sài Gòn ơi! Sài gòn đã mất!
Có chăng là ngày tháng còn đây.
Rồi chiều nay, cũng là dĩ vãng,
Nhìn lên cao, gió lặng, mây sầu.

Hoa phượng rơi như cầu tiễn biệt,
Cộng sản vào, dân Việt ly tan.
Bao mảnh đời cuốn theo đoạn kết.
Tiếng ve than, gục chết cuối Hè.

2-2000
Bảo Giang

Nỗi lòng Mẹ VN

Tâm tình người mẹ đất bắc

Cứ mỗi năm vào mùa tháng hạ,
Tôi lại nhớ cảnh lá vàng rơi.
Cho lá đỏ nghêng ngang cuối phố,
Cho muôn nhà ngấn lệ đau thương.

Mai qua rồi những ngày xưa ấy,
Ta về đây vui với nắng vàng.
Ta đan tay giữa ngàn hoa nở,
Cùng muôn người cất bước thênh thang.

Xoá tan đi bể ngàn cay đắng,
Cho người người năm tháng yên vui.

*

*   *

Nhớ hôm xưa trong thời chinh chiến,
Mẹ từ sớm đã bước ra sân.
Đến xế chiều mắt còn ngóng đợi,
Như gửi lòng đến tận phương xa.

Nghe tiếng gọi qua ngàn khe lá,
Gợi nhớ về đạn pháo bom rơi.
Mong con yêu trở về sớm tối,
Có ai ngờ giấc mộng lại xa.

Kìa tháng ngày đi qua như bão,
Bước chinh nhân chẳng ngả quay về.
Người vẫn đi với lời hẹn ước,
Theo dấu chân người trước đề danh.

Hồn chinh chiến tạc vào bia đá,
Gởi cho đời tiếng nói yêu thương.
Cho tổ quốc nghìn sau hoa nở,
Cho quê hương rạng rỡ màu cờ?

*

* *

Kìa mưa qua, sau mùa gió lộng,
Cảnh quê nhà đồng trống tang thương.
Trời tháng tám còn vương lá úa,
Mảnh đất nghèo lại chất thương đau.

Đây mái tranh chẳng cầu cửa khóa,
Mặc gió lùa thổi rát thâu đêm.
Mẹ chong đèn ngồi bên vá áo,
Trên bếp nghèo chỉ có canh rau.

Từng ngày qua chẳng lời than trách,
Mẹ vẫn chờ ánh nắng ngày mai.
Đường quê ta tương lai sẽ mở,
Đón con về gắn bó yêu thương.

Kìa tiếng chim trên đường mỗi sáng,
Theo bóng cờ vui với ngàn mây.
Cho ta vào đường quê nắng ấm.
Đưa người về tiếng hát thênh thang.

*

* *

Có ai ngờ sau ngày chinh chiến,
Mẹ vẫn chờ mà chẳng thấy con.
Lau nước mắt, tiếng lòng khô héo,
Đến một chiều nghe báo tin vui.

Dàn trống làng thi đua ca múa,
Chúng vén quần trẩy hội hoa đăng.
Rằng bên ngô vui ngày thắng trận,
Dân nước nam khóc hận chia đôi.

Đường Cộng Hòa không lời trăn trối,
Cả nước Việt mất lối tương lai.
Phần đất bắc từ ngày có đảng,
Cộng theo tàu, Ta mất giang sơn…

*

*   *

Đường vào nam từ đây đã khóa,
Kẻ chậm chân sống với hồ tàu.
Bà nghe xong lộn nhào xuống đất,
Đã mất con nay mất cả đời.

2-2010
Bảo Giang

Rừng chiều

Nắng chiều theo mây vừa khuất núi,
Sương đêm sớm điểm phủ rừng hoang.
Ngửa nhìn lên, màu loang như mực,
Cúi xuống đôi tay cũng một màu.

Quanh đây chỉ thấy rừng khoe lá,
Chẳng thấy phố hoa, chẳng thấy nhà.
Vo ve đàn muỗi thi nhau rít,
Như tiếng binh ngô lúc khốn cùng.

*
*   *

Ngày Anh đi, đường quê tiễn biệt,
Tôi quay về để viết tình thơ,
Rằng áo trận chẳng mờ chiến sử,
Bước quân hành vẫn cứ đi qua.

Đường anh đi, tháng ngày chẳng đổi,
Lớp xương mù sớm đợi trong đêm.
Từng cơn gió thổi qua khe lá,
Cho lòng người lạnh cả tim gan.

Rồi từng chiều nắng mưa chợt đến,
Kéo gió rừng ước hẹn theo nhau.
Cho người đi bước vào vương vấn,
Nhìn đồi xưa cánh lá đổi mùa.

Sáng nắng lên rừng đùa theo gió.
Đón chiều về lại có mưa rơi.
Đời tráng sỹ đem thân vì nước,
Vẫn tung hoành vững bước thang mây.

*

* *

Kìa mảnh đồi bỏ hoang ngày trước,
Đây cánh rừng đón rước chân anh.
Cho nơi đây hồn linh khói toả,
Đưa người về vui thỏa mây xanh.

Đất rừng này nghìn năm gió hú,
Đỉnh đồi kia lưu ký thiên thu.
Sẽ mãi còn cùng anh kết ước,
Cho ngàn đời tổ quốc vinh thăng?

Đường anh đi giữa lòng đất Việt,
Vang tiếng ca bất diệt ngàn đời.
Đây rừng sâu với ngàn vắt, muỗi,
Kia cảnh đồi thở dốc sớm hôm.

Rồi bờ sông ta ngồi đếm bóng,
Với tiếng ca, giọng hát giao mùa.
Tất cả cùng đan tay hẹn ước,
Theo người lính sống với giang sơn.

Rằng chiến trận miên trường bất diệt,
Bước chinh nhân tiết liệt ngàn đời.
Kẻ đến sau lên đường tiếp bước,
Cho ngàn năm đất nước yên vui.

Và ngàn đời vọng vang tiếng hát,
Ở đó là tổ quốc Việt Nam.
Ở đó là ánh vàng muôn thuở,
Cho dân ta hơi thở Tự Do.

*

* *

Này đường quê dấu chân còn đó,
Đây quê mẹ tiếng nói vang vang.
Anh bước đi vì tương lai Việt,
Đất nước còn vọng tiếng anh linh.

Mai quê ta bình minh rạng sáng,
Dân nước Việt tiếng hát ngân vang.
Đường anh đi vạn năm còn dấu,
Bước anh về sử ký đề danh.

2015
Bảo Giang

Cảnh nhớ nhà

Mỗi cánh hoa rơi một đoạn trường,
Người đi năm tháng ảnh còn vương.
Quê xưa cứ mãi trong ngùi nhớ,
Đất mới lại thêm cảnh khác thường.

Muốn hỏi đôi câu người đất cũ,
Có còn mong ước cuộc hồi hương.
Người đi năm tháng chưa quay lại,
Để khối tình quê lắm bẽ bàng.

1991
Bảo Giang

Tiếng gọi

Bên song ló dạng ánh ban mai,
Bến nước đầu làng ngóng đợi ai?
Năm tháng ngày đi đêm lại đến,
Đường xưa mãi vắng bóng anh tài.

Gió đùa thân trúc bên bờ vắng,
Giọt nước đong đưa tiếng thở dài.
Kèn trống bao năm còn cố gọi,
Ai người dựng lại một tương lai?

88
Bảo Giang

Tháng năm qua

Mỗi cánh hoa rơi một nỗi buồn,
Đời người sao mãi cảnh mưa tuôn.
Vườn xưa hoa lá đã tàn héo,
Đất mới còn thêm cạn nước nguồn.

Ngoài phố chiêng khua cờ đỏ loét,
Trong nhà trống gõ cộng thành khuôn.
Người đi năm trước quên lời ước,
Đất nước tang hồ máu lệ tuôn.

87
Bảo Giang

Cảnh nhà

Nhà kia cửa đóng với then cài,
Đèn vắng canh khuya chờ đợi ai?
Gió lạnh từng cơn theo gió cuốn,
Nắng mưa thao thức với đêm dài.

Ngoài kia chim quốc không ngừng tiếng,
Nhắn gọi hồn xưa về với mai.
Đất nước hôm nay vườn cỏ úa.
Tương lai chẳng lẽ cảnh non đoài.

86
Bảo Giang

Cánh Bèo trôi

Bốn bề bão nổi núi sông trôi,
Gió cuốn gãy cờ nước mắt rơi.
Một thuở lửa binh nghìn mộng ước,
Ngày tàn chinh chiến lệ tuôn rơi.

Giữa đường súng gẫy, không còn đạn,
Chiến địa dẫu tàn mộng chẳng vơi.
Tiếng gọi ngoài biên còn vọng mãi,
Tủi ai vì nước chẳng phùng thời.

1997
Bảo Giang

Sau thời chinh chiến

Ngày miền nam buông lơi cung nỏ.
Cha vào tù, con đỏ bơ vơ.
Trường học cũ giờ là lao ngục,
Trẻ bước vào học chữ lừa dân!

Việt Nam ơi, ngày tàn đã đến,
Lũ tàu hồ, vơ vét vinh hoa.
Cho dân ta sống làm nô lệ,
Ngậm một đời với vạn đắng cay.

*

*   *

Năm mươi năm, sau thời chinh chiến,
Non nước Việt chẳng một ngày vui.
Đường phương bắc ngậm ngùi than khóc.
Đất phía nam nước mắt từng ngày.

Nhìn ra khơi Hoàng, Trường đã mất,
Về đất liền Bản Giốc, Nam Quan.
Rồi Vân Đồn, Vân Phong, Phú Quốc,
Đến Tây Nguyên, Vũng Áng, ra đi.

Non nước Việt chia ly tan tác,
Cho Việt cộng bưng bát cơm đầy,
Cho dân ta làm bầy nô lệ,
Việt Nam ơi suối lệ hờn căm!

*

*   *

Việt Nam ơi, Tự Do không đến,
Dân nước nam nuốt lệ từng ngày,
Đường lên non chỉ tràn nước mắt,
Đất quê xưa gánh lấy hận sầu.

Cảnh Hòa Bình tang thương ngàn nỗi,
Người chờ người trong cõi điêu linh.
Hoà bình ơi, hòa bình đã chết,
Việt Nam ơi nước mất không lời.

Tháng 7-2012
Bảo Giang

Vè tháng tư

Ai về nước Việt tháng tư,
Cho tôi nhắn gởi, tâm tư đôi lời.
Tử sinh khéo số mệnh trời,
Quê tôi một sớm gặp thời qủy vương.

Năm tư chúng đứng chặn đường.
Nắm dao mã tấu như phường lưu manh.
Nước thời loạn lạc chiến tranh,
Dân thời áo rách áo lành bọc nhau.

Sớm chiều dưa muối cơm rau,
Vòng tay sẵn mở đón nhau từng chiều.
Rằng Ta chung một con thuyền,
Biển to gió lớn ta chuyền ta đưa.

Dẫu đời mây nước gió mưa,
Đan tay chấp cánh cày bừa ruộng nương.

*

* *

Nhờ trời một nắng hai xương,
Đồng hoang thành lúa, ruộng vườn thênh thang.
Đất bồi hoa nở giữa làng,
Rừng hoang năm trước thành trường cho con.

Đường quê lưu ký dấu son,
Muôn người vì nước vì non lên đường.
Nước nam ghi dấu chiến trường,
Sử chưa chép hết đã hờn sang trang!

Tội cho con nước sông Gianh,
Bỗng thành biên giới phân tranh đôi bờ.
Từ đây mỗi nẻo một cờ,
Bắc thời đỏ loét phụng thờ bắc phương.

Miền nam như giải lụa vàng,
Tung bay trước gió thanh vang đất trời.
Muôn người ước nguyện chung lời,
Bên nhau xây đắp một đời khang an.

*

*   *

Bắc thời mã tấu đề danh
Dân chưa kịp chạy đã thành thây ma.
Đầu đường một lũ yêu ma,
Dép râu mũ cối gọi là Hồ tinh.

Nghe đâu chẳng phải dân mình,
Gốc là tướng hán tạo hình dáng nam,
Một đời kết chữ thù nam.
Chờ ngày kéo xuống phương nam trả hờn.

Trước là mưu chiếm giang sơn,
Sau là trả oán, rửa hờn Đống Đa.
Mực xưa, nhục vẫn chẳng nhòa,
Bạch Đằng, Vạn Kiếp, vạn ngàn oán than.

*

*   *

Gặp thời vận nước chưa an,
Đường quê dân khổ, đất thành điêu linh.
Lừa đời hai chữ Việt Minh,
Mồm hô chống pháp, mắt rình người thân.

Cộng về đấu tố nhân dân,
Khiến cho trăm họ chẳng phần cơm ăn.
Tạo ra chiến cuộc bắc nam,
Làm cho đất nước vạn phần điêu linh.

Nhờ tàu chúng mở đao binh,
Làm cho muôn vạn sinh linh lìa đời.
Tội thay bộ đội trên đồi,
Xác khô, phơi nắng cho dòi bọ ăn.

Quê nhà mẹ tưởng đi nam,
Con tôi theo đảng làm quan với đời.
Ai ngờ cuộc chiến tan rồi.
Mẹ ngồi đón dấu lệ rơi từng ngày.

Để rồi nhận báo hôm nay.
Rằng người lỡ bước chẳng quay trở về.
Bởi khi đã nhập đoàn B,
Vào nam mất xác, đường về là không.

*

* *

Ai ơi đã sống trên đời,
Nhìn xem nước Việt một thời đang qua.
Hôm nay cộng sản phát loa,
Cuối làng dân khóc, oán vang đất trời.

Từ xưa chưa thấy trên đời.
Loại người gian ác như thời Việt Minh.
Năm tư chúng mở chiến chinh,
Mậu Thân chúng giết dân mình tìm vui.

Đồng quê xác đổ ngậm ngùi,
Thành đô loang máu dậy mùi hôi tanh.
Trên trời vẫn có mây xanh,
Đất Việt, cộng chiếm dân lành về đâu.

Hỡi ơi một cuộc bể dâu,
Cộng về nước mất, còn đâu quê nhà.

*

*   *

Ai ơi đứng dậy cho nhanh,
Nếu không nước Việt sẽ thành ruộng dâu.
Ngang trời dọc đất nhớ câu,
Hồ về ta phải cống tầu thờ hoa.

Nghìn xưa bài học chưa nhoà,
Nghìn sau nhớ lấy lời này dạy con.
Dạy con giữ lấy lòng son.
Vạn sau thế giới vẫn còn Việt Nam.

Dạy con đi đứng hiên ngang.
Đan tay chung bước trên đường quê hương.
Dạy con giữ lấy ánh quang,
Ngàn sau tiếng hát vang vang cội nguồn.

Chiều cuối năm 2000
Bảo Giang

Lỡ làng

Ẩy quãng bơ vơ khéo buộc ràng,
Đôi vai không nợ lại đa mang.
Người đem nhau đến từ muôn kiếp,
Con Tạo trêu chi cảnh lỡ làng.

Đường bắc chim di tìm tổ ấm,
Bến nam én liệng chẳng tin sang.
Tuổi thơ tóc bím theo hờn dỗi,
Nước mắt về đây lúc lá vàng?

7-83
Bảo Giang

Tỉnh rượu

Mới sớm trên đường trống thúc vang,
Gió Nam héo hắt ngọn cờ sang.
Quê nhà đã khuất nơi ngàn dặm,
Chỉ thấy bên đường gió bụi giăng.

Những tưởng nghìn năm theo gió cuốn,
May nhờ trống dục bến đò ngang.
Ngoài kia lớp trẻ đua nhau gọi,
Đứng dậy mà đi kẻo vỡ làng.

10-95
Bảo Giang

Thoát cùm

Vòng xích leng keng dưới bóng tà,
Tháng ngày đeo đá vẫn chưa qua.
Dừng chân ngó lại ngày năm trước,
Mới đó mà nay tuổi đã già.

Những muốn gởi về câu thăm hỏi,
Hỏi người hỏi nước hỏi nhân gian.
Rằng nay đất khổ bao nhiêu tuổi,
Để nước tang thương với rợ hồ?

83
Bảo Giang

Lịch sử Việt

Một sớm Ngô đình xây tổ ấm,
Miền nam giấc mộng trải ngàn thương.
Đồng xanh, phố mới, cơm gạo mới,
Đất nước an vui dưới nắng vàng.

Phía bắc cộng về khoe khố đỏ,
Một bầy hồ phỉ đón tàu sang.
Yên vui chẳng được năm ba tháng,
Đấu tố thi công triệt xóm làng.

1982
Bảo Giang

Vịnh tết

Gặp Chó mực, minh (hồ) linh thọ mười,
kiệt lương đồng giáp duẩn chinh toi.
công an mạnh khải phiêu anh dũng,
trọng triết phúc sang phục ách tàu.

2010
Bảo Giang

Tiễn bạn

Núi bắc ải nam cách dặm trường,
Giòng sông ly biệt chẳng cầu sang.
Tang bồng tiễn bạn dăm ba bước,
Gió thổi mây đưa mấy dặm ngàn.

Đỉnh thái người đi tung vó ngựa,
Đường về phố cũ cảnh mờ xương.
Thu sang ngọn gió hiu hiu thổi,
Đông đến trăng mờ lỡ nhịp thương.

1993
Bảo Giang

Khúc chia ly

Ngày xưa, hai buổi giữa sân trường,
Nhìn quê hương như trang sách mới,
Tôi yêu đời với tiếng ca vang.
Này tiếng trống, ngân nga khúc hát.

Đôi cánh mơ bay giữa đất trời.
Cho một chiều theo người trốn học.
Đuổi chim bắt bướm khắp trên đồi,
Giang tay ta kết bao hò hẹn.

Chung bước bên nhau dưới nắng vàng,
Đan tay đón lấy ngàn yêu dấu,
Ta hát vang vang, hát giữa trời.
Ôi vui quá, tuổi thơ vừa lớn.

*

* *

Rồi một hôm cộng vào thôn xóm.
Cảnh làng bên, sạch trắng đôi tay.
Người nhìn người cõi lòng thêm đắng,
Khi nắng lên, trai tráng lên đường.

Ngày anh đi, nương đồng chợt vắng,
Bước anh về tiếng hát lại vang.
Anh rắn rỏi trong màu áo lính,
Vẽ cho đời dáng đứng hiên ngang.

Tôi say nhìn, chân dung người lính.
Cô láng giềng ơi, ảnh đã về.
Nàng thẹn thùng, niềm vui lên mắt,
Mỉm môi cười, tình sóng dâng cao.

*

*   *

Rồi anh đi, đi theo nghiệp nước,
Mang trên vai một giải non sông.
Với tình nhà buộc vào cuộc chiến,
Đời chinh nhân, chẳng hẹn ngày về.

Kìa rừng sâu, đêm không đèn nến,
Đây đồi cao gió hú lạnh lùng,

Rồi bờ sông không thuyền không bến,
Đến đồng xanh, sóng lúa mênh mông.

Từng bước đi, cõi lòng thanh thoát,
Gió mưa về chẳng cản đôi chân.
Anh hiên ngang trong màu áo lính,
Trải khắp non sông giấc mộng lành.

*

* *

Ngày tháng qua nắng Vàng tươi sáng,
Tin hòa bình, loan báo vang vang.
Mẹ mỉm cười như hoa xuân dậy,
Chị nhìn đời, ánh nắng dâng cao.

Chợt mưa đêm gọi từng tiếng sét,
Theo tiếng pháo chớp sáng lưng mây.
Căn nhà xưa ánh đèn leo lét,
Kéo vọng về tiếng thét trong đêm...

Ngày mai ơi, bình minh sẽ tới.
Ngày mai ơi, nắng mới có về?

1973
Bảo Giang

Bài thơ cho học sinh

Dậy đi, em bé quàng khăn đỏ,
Tuổi của em là những thiên thần
Trên là trời, dưới là cha mẹ,
Quanh em là bè bạn thân thương.

Em sinh ra trong tình nước Việt,
Em lớn lên trong nghĩa đồng bào,
Em học yêu nước, thương nòi giống,
Em quyết lòng bảo vệ quê hương.

*
*   *

Tội cho em phải đến trường hồ,
Nó dạy em bài ca đấu tố.
Giết cha mẹ, triệt hết tình người,
Bỏ quê hương đi làm nô lệ,

Mua ảo ảnh phản bội tiền nhân.
Em thơ ngây học bài lừa dối,
Bỏ quê hương, thay đổi tính người.
Khoác trên vai cái khăn quàng đỏ,

Vung mã tấu giết bỏ người thân.
Để ngày sau thấy tay dính máu,
Của tất cả những người thân yêu.
Tội ác này nghìn năm khó rửa.

*

* *

Dậy đi, em bé quàng khăn đỏ,
Em được gì, khi bỏ quê hương.
Tình không còn, cảnh nhà cũng mất,
Em có biết yêu nước thương dân.

Em có nghe tiếng đời như mõ:
Manh quần đỏ, giết bỏ lương tri.
Chúng giết người, tủi hồn quốc sử,
Em bước vào nhận lấy tang thương.

Kìa tương lai em chưa thấu hiểu,
Sách sử đây em hãy mở ra.
Ở đó là ngàn năm lịch sử.
Ở đó là Trưng Trắc, Ngô Vương.

Đến Quốc Tuấn, Quang Trung. Lê Lợi…
Họ một đời sống thác ra sao?
Mảnh đất này vì ai mà có?
Ai chung lòng bảo vệ quê ta.

Họ cùng dân đuổi Tàu cứu nước,
Hay mài gươm giết Việt cho Tàu?

*
*   *

Em hãy nhìn cha ông ngày trước,
Hãy đứng dậy, đứng dậy mà đi.
Ta bước đi, đi cùng sông núi,
Ta đứng dậy bảo vệ quê hương.

Cho quê ta đời đời bừng sáng.
Chung đôi tay ôm lấy tình người.
Cho bắc nam không còn xa cách,
Cho Việt Nam no ấm tương thân.

*

* *

Nào, đứng dậy, đan tay ta bước,
Ta đáp đền ân nghĩa cho dân.
Ta đứng lên, vì dân ta quyết,
Cứu giang sơn, cứu lấy nước nhà.

Đời của ta không làm trâu ngựa,
Theo giặc hồ phản bội Việt Nam.
Đời của ta phải là trăng sáng,
Cho muôn dân sống với nắng Vàng.

2012
Bảo Giang

Gởi người bên kia

Tôi muốn viết bài thơ tâm tình,
Gởi cho người cán binh cộng sản,
Cũng là người máu đỏ Việt Nam,
Cùng chung giòng Lý Trần Lê Nguyễn,

Đã nghìn đời đem thân giúp nước,
Bắc phạt cường bạo, nam dẹp Xiêm.
Sống một đời hy sinh vì nước,
Chết mang theo nguyện ước tổ tông.

Nguyện giữ lấy cơ đồ nước Việt,
Dầu sống thác ta quyết nêu gương,
Chẳng bao giờ phá làng, bán nước,
Để lạc theo những bước chân hoang.

*

*　　*

Nay đất nước vào tay cộng sản,
Mảnh đất xưa cứ mất đi dần.
Đường phía bắc không còn Tục Lãm,
Đến Lão Sơn, Bản Giốc, Nam Quan.

Chúng dâng Tàu để dân ngắm bụi.
Cho nước Việt hận tủi ngàn sau.
Kìa biển đông, Hoàng Trường mất dấu,
Nhìn bản đồ, thảo khấu tô son.

Ngó về tây Trường Sơn bóng lặng,
Dãy núi cao mặc áo cho người,
Rừng cao nguyên, người cười ta khóc,
Đất nước Nam rách nát tang thương,

Mặc cho tàu xẻ đường vẽ lối,
Để Vân Đồn, Phú Quốc, Vân Phong.
Chẳng phải là tung mây lướt gió.
Mà tủi phận mặc áo cho người,

Việt Nam ơi một đời hờn tủi,
Đất nước ơi, hoa cỏ ngậm ngùi.
Còn đâu nữa một thời dựng nước,
Còn đâu nữa ngọn đuốc Trưng Vương.

Còn đâu nữa Quang Trung, Hưng Đạo,
Biết tìm đâu Lê Lợi, Ngô Vương?

*

* *

Nay ra đường gặp toàn lũ cáo,
Giặc vẫy cờ, mũ áo theo đuôi.
Sáng đấu cha, chiều về tố mẹ,
Bỏ họ hàng diệt hết anh em.

Chung một phường hàng thần lơ láo,
Theo giặc hồ phản quốc lừa dân.
Mơ bạc vàng học làm nô lệ,
Đất nước này suối lệ chẳng vơi.

*

* *

Việt Nam ơi, đây thời nguy khó,
Người đã đi người có về không?
Đường quê ta chẳng còn như trước,
Tấm bản đồ, đất nước tan hoang.

Năm mươi năm, sau thời chinh chiến,
Đất nước Việt chẳng một tương lai.
Đường phương bắc nói toàn tiếng "lạ"
Dân phía nam tay lại trắng tay.

Mảnh đất Việt từng ngày bị xé,
Cho dân Việt suối lệ hờn căm.
Đường Tự Do không bao giờ đến,
Chữ Độc Lập ánh nến điêu linh!

*

* *

Hoà bình ơi, hòa bình đã chết,
Việt Nam ơi nước mất không lời.

1-2012

Bảo Giang

Gió mùa

Mới đó mà nay đã đến hè,
Đêm dài thao thức lắng tai nghe.
Nắng vàng đi mãi không hồi báo.
Ráng đỏ kéo về đôi tiếng ve!

Từ buổi thu sang hoa lá rụng,
Xác xơ cánh én lúc xuân về.
Người đi cho buốt lòng dân Việt,
Kẻ đến, nước tan buổi giáp hè.

1.2001
Bảo Giang

Hòa Bình ơi, Hoà bình! (13)

Sáng sớm hôm nay tin nhạn về,
Hòa bình rồi, hỡi hòa bình ơi.
Nam Bắc từ đây chia hai lối,
Đất nước mai sau luống ngậm ngùi.

Hoà bình rồi, hỡi hòa bình ơi.
Nơi đây dáo mác thế tình người.
Tìm đâu êm ấm khi cờ đỏ,
Cộng thét vinh hoa, dân bỏ đời.

Đất bắc tang thương thời mũ cối,
Miền nam gặp họa ánh trăng rơi!
Trẻ thơ không quần không manh áo,
Sáng tối thi đua hát nghẹn lời

*

*   *

Đất bắc quê xưa đổi chủ rồi
Làng trên xóm dưới thấp thỏm ngồi.
Người về dáo mác thay tay súng,
Tìm mây, mây trốn chẳng quay về.

Gió mưa cứ mãi không lời trối,
Dép râu mũ cối đứng trên hè.
Đấu tố thi công, đây nghiệp lớn,
Mã tấu vung lên sáng rực trời.

Mã tấu vung lên sáng rực trời
Hòa bình rồi hỡi hòa bình ơi
Đồng khô con khóc không ngừng tiếng,
Mẹ chết trên nương chẳng một lời.

Từ đấy đau thương dân giữ lấy,
Bảng vàng đảng nghiệp bác vui chơi.
Giữa hè hoa phượng tươi như máu,
Súng nổ vang vang chết vạn người.

*

*   *

Pháo nổ vang vang chết vạn người.
Hoà bình rồi hỡi hòa bình ơi.
Tin về, tết đến hoa mai nở,
Mẹ ngồi chờ đợi tháng năm qua,

Hôm nay áo mới vui quà tết, (1968)
Đàn cháu thơ ngây đứng chật nhà.
Nửa đêm Hồ đến cho pháo nổ,
Sáng ra thịt vỡ quyện xương tan.

Thân người, kèo cột, loang loang máu,
Bác đảng thay phiên chén rượu tàu.
Đan tay ca múa bài ca mới,
Đất đá núi cao cũng lộn nhào.

*
* *

Từ đấy quê tôi chung bài hát.
Hoà bình pháo nổ lộn cờ sao!
Toàn dân nín thở không đường sống,
Chỉ có loa vang bác đảng cười.

Hoà bình rồi, hòa bình đã tới
Đất đá quê ta luống nghẹn ngào.

7-20
Bảo Giang

Hè muộn

Mới đó mà nay đã đến hè,
Đêm dài thao thức lắng tai nghe.
Nắng vàng đi mãi không hồi báo.
Ráng đỏ kéo về đôi tiếng ve!

Thêm cảnh thu sang hoa lá rụng,
Xác xơ cánh én lúc xuân về.
Người đi cho buốt lòng dân Việt,
Kẻ đến, nước tan buổi giáp hè.

1-2001
Bảo Giang

Đường ta đi

Dậy đi non sông chờ em đó,
Ta đứng dậy, bảo vệ quê hương
Kìa bóng nước trên dòng vẫn chảy,
Con đò chiều vẫn nhẹ nhàng qua.

Đường nam bắc, đón chờ trời sáng,
Ước đỉnh trời kết nối tâm thư.
Đường ta đi bước cùng sông núi,
Như ngọn đuốc mở lối cho đời.

Để cho người xuân thu tìm đến,
Cho đời tràn tiếng hát vang vang.
Người đi lưu ký vào chiến sử,
Kẻ về, nối bước rạng quê hương.

19-6-13
Bảo Giang

Ta về (4)

Mai ta về cho đời đổi mới,
Nắng mưa về cho đất nở hoa.
Người bên người đón làn gió mới,
Trong hân hoan bước tới thái hòa.

Đường quê ta vang vang tiếng hát,
Ta bên nhau đón nắng trên cao
Ta đan tay cho dài năm tháng,
Ta bước tới vui với ánh vàng.

Đường ta đi dưới làn gió mới,
Ta giang tay đón lấy tình người.
Bắc với nam không còn ngăn cách,
Chung vòng tay giữ ấm cho đời.

Đường quê hương không còn cách trở,
Ta bên nhau hơi thở tuôn trào.
Vòng tay ấy đem vào hơi ấm,
Gió cuốn đi lạnh giá hôm nao.

Ta bên nhau chẳng là giông bão,
Ta không nghe gió lạnh rừng tên.
Đường tương lai chung làn hơi thở,
Theo gió chiều nắng mở trên cao.

Cho một đời vơi đầy dấu ái,
Cho lòng người chỉ có tin yêu
Đây quê hương chung hòa tiếng hát,
Đây đất trời kết hợp đan tay,

*

* *

Mai ta về đường quê ngời sáng,
Từng khu vườn đón nắng nở hoa.
Dân làng ta vui mùa lúa mới,
Cuối đường chiều tiếng nói vang vang.

Làng quê ta không còn ác bá,
Khắp ngã đường tiếng hát hoan ca.
Người đan tay bên nhau trìu mến,
Trẻ reo vui đón nắng sân trường.

Đường làng quê muôn ngàn đổi mới.
Đây lớp người bước tới tương lai.
Tay đan tay chung làn gió mới,
Người bên người sống với yêu thương.

*

* *

Tuổi trẻ ơi, đây trời nắng mới,
Quê hương ta sống với tình người.
Em sẽ là anh thư, hào kiệt,
Hay em là tiếng hát trên cao.

Nào về đây đan tay chung gánh,
Ta bên nhau dưới ánh nắng vàng.
Đường Việt Nam trăng sao ngời sáng,
Khắp thôn làng thơ thới hân hoan.

Sáng nắng lên vui tràn hương lúa,
Chiều đường về tiếng hát vang vang.

2012
Bảo Giang

Ngày mai tôi về (2)

Ngày mai tôi về,
Đường phố ơi, em nhận ra không?
Này Duy Tân, mái trường xưa ấy.
Bốn năm dài ta đã bên nhau.

Những mong là ngày sau nắng ấm,
Ta đan tay tiến bước trên đường.
Vui câu hát, tình thơ sẽ lớn,
Ta bước đi, vui với nhịp đời.

*

* *

Có ai ngờ, ba mươi đã đến.
Sóng đưa ta lạc bến, lạc đời.
Tôi trở về đường làng năm trước,
Nơi cho tôi những bước yêu thương.

Kìa cánh đồng, lúa thơm gạo trắng.
Tôi vui theo tiếng hát vào đời.
Nay hỡi ơi, cổng trời đã khép,
Để nơi đây sống chết nửa vời.

Muôn người dân gặp thời tăm tối,
Nắng chưa lên tiếng gọi xé đời.
Vợ theo chồng, trên vai cày cuốc,
Suốt ngày dài chẳng đủ miếng ăn.

Nhìn đàn con rưng rơi ngấn lệ,
Tội cho nước gặp lối gian truân.
Nhìn mái trường ngói tan gạch nát,
Tôi bước đi nước mắt lạc trời.

*

*   *

Nhớ hôm nao, về qua Yên Đỗ,
Khu nội trú, chẳng thấy bóng người.
Thư viện buồn ai cười trong nắng.
Chuyến xe chiều, phố vắng mưa giăng.

Kìa Bảo Tịnh, mái trường xưa ấy,
Em còn nhớ năm tháng nơi đây?
Ta một lần đan tay hò hẹn,
Rằng sẽ về nâng chén bên nhau.

Rồi phượng nở, chia tay giã biệt,
Đường mãi dài ai biết về đâu.
Con nước sầu, bể dâu sóng lớn,
Ta rời trường, bạn đến biên cương.

*

*   *

Khoảng trời đất dọc ngang đã hết,
Tôi quay về nơi chốn lên ba.
Nhìn trường xưa, mắt nhòa dấu lệ,
Cảnh còn đây người ấy nơi đâu.

Tôi vẫn nhớ, thầy vào cuộc chiến,
Rồi bạn bè vai gánh hành trang.
Hẹn một ngày thanh bình sẽ tới,
Mấy ai ngờ, sớm tối đổi thay.

Đổi cuộc đời cho ngày thất trận,
Bạn bè xưa nuốt hận trong tù.
Sân trường cũ vào thu lá đỏ,
Để người xưa lệ nhỏ đêm dài.

*

* *

Rồi trong tôi vỡ òa tiếng khóc.
Nước mắt nào rơi góc sân trường.
Nơi xưa kia ta cùng bằng hữu.
Bước vào đời, học chữ yêu thương

Kìa bảng đen, tiếng thầy rắn rỏi,
Đây tiếng cười của lớp tuổi hoa.
Nay chỉ còn màu rêu trên đá,
Bức tranh xưa như đã quá già.

Tôi chẳng quên ngày tàn cuộc chiến.
Niềm vui, hạnh phúc, biến tan mau.
Đêm chưa qua, đổi màu ly biệt,
Một cảnh nhà, năm kẻ vào tù.

Mẹ đứng ngồi, rưng rưng nước mắt,
Cha không lời, tay dắt lũ con.
Lời dặn nào, cho non cho nước,
Giọt lệ nào, cho bước chân côi.

*

* *

Sau mươi năm lá Vàng tan tác,
Cành lá Đỏ cũng nát hình hài.
Ngày ra tù đã là khác biệt,
Niềm vui dậy, chẳng biết tương lai.

Rồi mẹ bảo, con nay đã lớn,
Đường còn dài, phải đón tương lai.
Mảnh đất này dẫu là hơi thở,
Cha Mẹ già chẳng thể ra khơi.

Con phải đi, và rồi phải sống.
Đường còn dài hãy đứng cho kiên.

*

*   *

Rồi tôi đi, vào miền đất lạ,
Sóng gió gào rát bước chân qua.
Tháng ngày dài trôi qua buồn bã,
Đón xuân về chỉ thấy xót xa.

Mai... mai về, căn nhà đã vắng,
Bước thẫn thờ trên láng cát xưa,
Đứng trước nhà, trống lòng như vỡ.
Nhìn lên tường, chỉ thấy rêu phong.

Vườn không hoa, nhìn trời, nghe gió,
Giọt nắng xưa đã đổ về chiều,
Gió lay động hồn hoa trước ngõ.
Rớt xuống tay, đôi sợi không màu.

2015
Bảo Giang

Vọng tiếng biên khu

Viết theo ngoại sử Việt

Một đêm trăng, giữa rừng mưa gió,
Tiếng tiêu còn vọng mãi xa xa.
Đây đồi cao Nam Quan, Việt quốc,
Bao lớp người tiến bước hiên ngang.

Họ về đây vì dân báo quốc,
Chung một lòng vì nước hiến thân.
Đem đại chí sống cùng sông núi,
Quyết mở đường hướng tới ngày mai.

Đường người đi trăng sao thổn thức,
Bóng người về mạch nước trào dâng.
Nay bữa cơm giữa rừng, không cá,
Mai nước Việt nở đóa hoa tươi.

*

* *

Kìa biên cương nước Nam hùng vỹ.
Đã bao đời giữ vững giang sơn.
Từ cha ông của ngàn năm trước,
Đến cháu con vạn thế về sau.

Cùng một lòng tri ân báo đáp,
Đã về đây vạch đá khắc tên.
Quyết một đời đem thân vì nước,
Đưa quê hương đến bước thanh bình.

Nay biên thùy cuồng phong bão táp,
Đây đoàn người tiếp bước trong mây.
Ngẩng cao đầu, vươn vai lướt tới,
Lòng bên lòng kết nối đôi tay.

Kìa quê ta chìm trong khổ ải,
Quân cường đạo cướp đất của dân,
Chúng mở đường cho Tàu lấn tới,
Để mỗi ngày đất nước tang thương.

Nào muôn phương triệu người chung bước,
Chung tấm lòng với nước với dân.
Ta về đây đan tay, kết ước,
Mở bước đường theo dấu chân xưa.

Đạp cho tan loài lang thảo khấu,
Phá cho nát cường đạo, bạo tàn.
Vai chen vai dựng xây đời mới,
Đưa nước Nam bước tới thái hòa.

Đường Tiên Long cao quang bừng sáng.
Đất nước Việt hoa nắng thênh thang...

*

* *

1. Bức tranh xưa

Kìa đoàn người lên đường vì nước,
Chẳng ngại ngần muôn bước hiểm nguy.
Chí một lòng dẹp yên thảo khấu,
Quyết đem về dân nước yên vui.

Này đồi cao đất rừng lạnh lẽo,
Chốn sa trường chẳng có giường êm.
Người đã quyết đem thân vì nước,
Cùng về đây sống giữa rừng xanh.

Sáng đứng lên vươn vai với nắng,
Đến xế chiều ngả bóng hoàng hôn.
Mở trang sử từng chương ghi dấu:
Này, hồ tặc mãi quốc cầu vinh.

Kia, những đấng minh quân vì nước,
Bao đêm ngày vượt bước gian nan.
Tay trong tay lấp tràn biển cạn,
Dẫu đường dài muôn vạn hiểm nguy.

Người về đây chung lòng kết ước,
Vai chen vai đếm bước ra đi.
Chẳng ngại gì hy sinh, lao khổ,
Quyết một lời phải có ngày mai.

Ta sinh ra trong thời loạn lạc,
Không bước đi giúp nước, giúp dân.
Cũng chẳng dám vì đời mà quyết,
Lại đứng nhìn Việt quốc suy tàn?

Đời như thế sống làm chi nhỉ,
Có khác gì thanh củi đã khô?
Hay loài chim không tên không tuổi,
Chung một đời như mớ cỏ cây?

*

*   *

Không, không...
Ta thề không vươn theo lá cỏ,
Ta đứng dậy vì nước hiến thân.
Ta quyết không làm dân vong quốc,
Cho dân Việt sống với khổ đau.

Ta đứng lên đan tay dưới nắng,
Ta bước đi như áng mây trời.
Mặc gian khó, đêm trường bão tố,
Ta lên đường với một tương lai.

Vì Việt Nam đôi vai ta gánh,
Vì dân tộc ta dám hy sinh.
Đó chính là đường đi dân quyết,
Đó mới là những bước ta đi.

*
*   *

Nay quê hương gặp ngàn nguy khó,
Đất phương Nam chất ngất khổ đau.
Kìa Hồng Hà, Sông Đà nhuộm đỏ,
Đến Cửu Long, sóng nước Đồng Nai.

Khắp mọi thành ngậm ngùi than khóc,
Tang thương này ai gánh cho đây?
Nhìn khổ đau trên đầu dân Việt,
Có lẽ nào anh chỉ đứng trông?

Có lẽ nào ta chỉ đứng trông?
Không, không...
Phận nam nhi không hèn như thế,
Đời của ta không hèn như thế.

Ta quyết đi. Ta quyết ra đi.
Đêm sẽ cạn, trăng về trời sáng,
Ta lên đường với nắng quê hương!
Ta lên đường sống với muôn dân.

2. Lời ký thác

Đây biên ải địa đầu tổ quốc,
Nơi biên thùy của đất nước nam.
Nơi còn ghi với hàng nước mắt,
Để lưu ký mảnh đất quê hương.

Nơi đã chảy bao nhiêu là máu,
Đất ghi dấu những đấng anh hào.
Nơi tiễn biệt người vào nghiệp nước,
Rồi khơi nguồn, Tình Nước đất Nam.

Nơi đã dựng ánh Vàng bờ cõi,
Nơi chôn đặt cột mốc nhà Nam.
Đường ngàn xưa không bao giờ mất,
Non nước này còn mãi nghìn sau.

Kìa, người đi không quay trở lại,
Gởi hồn thiêng sống với nơi đây.
Mảnh đất này ghi dòng ký thác,
Thành lũy này là máu xương Nam.

Nơi không thể sang tay kẻ khác,
Nơi vạn đời ghi khắc dấu son.
Từ đồi cao Lão Sơn, Bản Giốc,
Phía bên này thẳng tới Ai Lao.

Hướng ra biển ngang qua Tục Lãm,
Nước xuôi dòng chảy đến Hoàng Sa.
Rồi thăng đường về qua Phú Quốc,
Là biển trời, đất nước Việt Nam.

Là di sản ông cha để lại,
Giải đất này mãi mãi của ta.
Là tổ quốc ngàn năm yêu mến,
Là hơi thở sống chết với ta.

Con phải nhớ khắc vào bia đá,
Sông núi này là đất nước ta.
Đất khơi nguồn bằng hơi thở Việt
Nước nhuộm đỏ bởi máu xương Nam.

Con hãy viết, ghi vào trang sử,
Để nghìn sau lưu ký cho đời.
Rằng Trường Sơn giữa trời lừng lững,
Đây núi đá đứng giữ mệnh trời.

Sẽ cùng ta đời đời kết ước,
Và ngàn đời chung bước với ta...

3. Khúc phân ly

Cha ôi! (chuyện Nguyễn Trãi).
Lời người dạy con đã khắc ghi.
Bài học này muôn dân ghi nhớ,
Đến đời đời chẳng lẽ nào quên.

Nhưng Người đi nước nguồn sẽ cạn,
Cảnh chia ly tan nát thịt da.
Dẫu biết rằng đời là cõi tạm,
Mà tiễn biệt là vạn thương đau.

Cha ôi!!!
Người gắn lại dòng tim máu chảy,
Hãy quay về vui với cháu con.
Cùng sống với non nam, đất Việt.
Hơn ngàn lần cách biệt sơn khê.

Ôi đau buồn, giờ phút phân ly.
Con chẳng muốn mà tim ngừng đập,
Cho hơi thở vỡ nát tâm can.
Người bước đi rừng tràm chắn lối.

Biết tìm đâu cho thấy bóng người.
Hỡi ơi, ngập một trời đau khổ.
Người ơi, người hãy trở về đi.
Con không muốn chia ly tiễn biệt.

4. Đường kinh sử

Ôi đất nước! tưởng con đã lớn,
Có đâu ngờ, như đứa trẻ thơ.
Con phải nhìn đến non sông Việt,
Là bước đường ta quyết phải đi.

Đời một người có khi tách bến,
Con không thể nhụt chí nam nhi.
Hãy đứng dậy mà đi với nước,
Hãy đứng dậy theo bước giang sơn.

Chuyện của đời, trăng tròn rồi khuyết,
Ta còn đây, sương tuyết còn vương.
Con phải biết theo gương người trước,
Thắp cho tỏ ngọn đuốc trời Nam.

Ta không phải kẻ hèn, non dại,
Nay nước mắt, mai khóc vòng quanh.
Rồi ngậm ngùi cho thương với nhớ,
Để một đời tủi hổ giang sơn.

Đời của ta phải hơn sắt đá,
Hãy đứng dậy đền đáp non sông.
Phải dẹp tan quần hồ đạo tặc,
Vẽ cho rõ đỉnh bắc biên cương.

Không cho chúng coi thường góc núi,
Dạy cho chúng biết chữ làm người,
Rồi truyền rao trong dòng sử ký,
Đó mới là chính nghiệp nam nhân.

*

* *

Con đừng sống như người không gốc,
Hãy đứng dậy, đứng dậy mà đi.
Dẫu có thác cũng vì đất nước,
Không bao giờ trở bước, quay lưng.

Trước nhục nước, muôn lòng đã quyết,
Không phải chờ, hay viết bài ca.
Nếu hôm nay, nước nhà lâm nạn,
Ta không thể cúi mặt, làm ngơ.

Mặc giang sơn chìm trong bão lửa,
Để tìm lấy giấc ngủ cho ta.
Mặc quê nhà trong tay thảo khấu,
Mặc đất Việt mất dấu biên cương.

Mặc đàn khỉ xu thời múa rối,
Mặc muôn họ sớm tối đau thương.
Phận mình, chỉ cầu hương cây cỏ,
Để âm thầm tìm sống cho yên!

Không, không, không...
Cuộc sống này không phải như thế,
Ta sinh ra muốn chữ bình an.
Kìa biển đời muôn vàn gian trá,
Ngươi phải biết mưa nắng với đời.

Ngươi hãy phó cho trời sống chết,
Chí một lòng mài bén thanh gươm.
Tâm sẵn sàng lên đường vì nước,
Rồi đan tay tiếp bước bên nhau.

Cho dẫu đường dài đầy lang sói,
Đạp quân thù dưới gót mà đi.
Cuộc chiến nào cũng đầy gian khổ,
Chỉ sau đó mới có thanh bình.

Nay trăm họ liều mình quyết chiến,
Tìm sinh lộ mở bến tương lai.
Mai sẽ có Việt Nam ngày mới,
Ở đó là tiếng nói Tự Do.

Ở đó là vườn hoa Độc Lập,
Ở đó là đất mới của dân.
Ở đó là giang sơn của mẹ.
Ở đó là non nước Việt Nam.

*

* *

Ngươi hãy nhớ kiên tâm từng bước,
Hãy liền cành kết ước trung quân.
Phải tận trung hơn là tận hiếu,
Để cho lòng khỏi thẹn mai sau.

Đường hiếu trung khó toàn một lúc,
Hãy lấy thân báo đáp giang sơn.
Cùng muôn người chung lòng tiến bước,
Diệt cường bạo, báo quốc an dân.

Dựng nước Việt vạn năm bền vững,
Xây cơ nghiệp như núi đá cao.
Để ngàn sau Nước Nam sống mãi,
Đó là Đường, ta quyết phải đi.

Đường ta đi, khắc ghi từng chữ,
Lịch sử này lưu ký thiên thu.

5. Lời dặn dò

Đời một người, một lần phải kết,
Đây lời dặn, con chép vào lòng.
Ta không thể quy hàng nuốt nhục,
Hoặc cầu vinh tùng phục xứ người.

Ta phải sống báo ân tổ quốc,
Đem chí lớn bảo quốc an dân,
Đường đại Việt chẳng bao giờ đổi,
Từ vạn xưa ta đứng giữa trời.

Lòng kiêu hãnh ngang trời vượt đất,
Hãy bước đi như đấng anh hào.
Cùng gái trai đua tranh nghiệp nước,
Bằng huyết lệ, chí hướng, gươm đao.

Sẽ chẳng hổ tiền nhân lập quốc,
Viết sử hùng với dấu trăng sao.
Cho giòng Việt nghìn sau sáng tỏ.
Cháu con ta chẳng hổ mệnh trời.

*

* *

Ngươi phải nhớ khắc vào xương cốt,
Đường ta đi nối gót chim bàng.
Đời trượng phu có là cõi chết,
Cho vang động đến khắp muôn phương.

Cho kẻ thù đời đời kinh hãi,
Cho hậu thế soi mãi tấm gương.
Ngươi hãy là con đường, ánh đuốc,
Để ngàn đời sử sách trầm hương.

Ngươi đã đọc từng chương lập quốc,
Ở đó là những bước vang vang.
Cho dân Nam con đường hạnh phúc.
Cho đất Việt lưu ký ngàn sau.

Phần bản thân, nay còn mai mất,
Ta ra đi, sống thác sa trường.
Cũng chỉ là tình thường cuộc thế,
Hãy đứng dậy, đi với giang sơn.

Hãy đứng lên, mặt trời sẽ đổi,
Hãy ra đi, nắng mới chờ ta.

6. Tiễn Người vì nước

Kìa Người đi, bóng chiều đổ xuống.
Nhìn giang sơn nước mắt chan hòa.
Ôi phận ta có là gỗ đá,
Làm sao ngăn, ruột cắt rời ra.

Giữa canh trường lòng ta buốt giá,
Nay Người đi gởi lại sơn hà.
Sau cánh rừng quê nhà cũng khuất,
Dặn ta về giữ lấy nước Nam.

Phần Người đi vào cơn gió cát,
Biết bao giờ cất bước trở ra!
Ôi quê hương chiều tà nắng đổ,
Giọt nước này vì nước mà rơi.

*

*   *

Ôi giang sơn, chiều tà hoang dã,
Núi cao kia bóng ngã đường chiều.
Ngàn cỏ cây thân yêu đã khuất,
Bên mái tranh u uất canh trường.

Ta ngồi đây, bước dài thêm vắng,
Giặc thù kia, trải dắng giữa đường.
Ta sẽ chìm vào chương bão tố,
Hay đứng dậy kết gió, gọi mây.

Để ngày mai trăng mờ lại sáng,
Cho nước nam sống với nắng vàng.
Kìa muôn lòng vang vang khúc hát,
Đường người đi hoa nắng trên cao.

Hàng tre kia sẽ là chiến lũy,
Ta đứng lên kiên vững giữ thành?
Thép có rỉ còn hồn sắt đá,
Gươm dẫu cùn, há ngại binh đao.

Chí khí phai sẽ là luống bại,
Theo bóng mờ vào cõi thời gian.
Ở đó là trăm năm nuốt nhục,
Là vạn niên sống với tủi hờn.

Còn phận ta, chẳng là cây cỏ,
Ta đứng dậy sống với muôn dân.
Ta đứng dậy, sống vì hồn nước.
Ta đứng dậy, sống với quê hương.

*

* *

7. Ngày Về

Việt Nam ơi,
Đường ta đi nắng vàng rực rỡ,
Bước ta về, đất mở tương lai.
Ngoài xa kia nắng mai ngời sáng,
Ta quy về sống với giang sơn.

Nay đứng lên vượt ngàn gian khó,
Tung đường kiếm khai hội non sông.
Mở rộng đường, đánh đông dẹp bắc,
Ta đan tay đi khắp nước nam.

Cho ngàn sau giang sơn chung bước,
Cho vạn thế, vững một cõi bờ.
Từ Nam Quan trương cờ giữ nước,
Gió Chi Lăng đón bước ta về.

Đường Trường Sơn trăng thề mãi sáng.
Đất cao nguyên đón ánh nắng vàng.
Rồi Cửu Long, Đồng Nai lớn dậy,
Cùng ta đi giữ đất, giữ nhà.

Cùng ta đi kết ngàn tiếng hát,
Cùng ta về chung khúc hoan ca.
Việt Nam ơi muôn hoa đã nở.
Ta đi trong hơi thở giữa trời.

*

* *

Kìa giải đất hình cong chữ S.
Là gia tài mẹ để cho con.
Ta bên nhau chung lòng gánh vác,
Ta đan tay Nam Bắc một nhà.

Đường quê ta vạn năm ngời sáng.
Đất Nước Việt vạn thế quang vinh.

Tháng 8-2010
Bảo Giang

MỤC LỤC TẬP 10

Mời quý bạn nhớ đón xem Ngày Về.
Tinh Nước và Màu cờ tổ quốc.(TN11)

Cùng một tác giả:

- Tôi chọn chiến tranh. (tuyển tập đầu tay 1987)
- Lá đổi mùa (truyện dài 1990)
- Đêm chờ sáng (tuyển tập 2000)
- Tình Nước 1, 2, (thơ. 2000)
- Nhị Kiều nước Nam (2008 với nhiều tác giả).
- Tình Nước 1, 2, 3 (thơ, tái bản, 2018)
- Đồng cạn (2018 truyện dài)
- Chôn Nó đi (2018 tuyển tập)
- Tình Nước. tập 5,6,7 (Về với quê hương. thơ, 2025)
- Tình Nước. tập 8,9,10. (Ca khúc Thanh Bình thơ, 2025)
- Màu cờ Tổ Quốc (văn, tuyển tập, 2025)

Đã in và xuất bản tại Hoa Kỳ:

- Tình Nước tập 1,2. (Nhân Ảnh. 2022, world book)
- Tình Nước tập 3,4. (Nhân Ảnh. 2023. World book)
- Đường chúng ta đi 1, 2... (tuyển tập. Nhân Ảnh, world book 2023)
- Tình Nước (trọn bộ,5…10) Hoa Kỳ, Nhân Ảnh. World book 2025)

Hẹn gặp nhé, giữa Sài Gòn!
Bảo Giang

Nhân Ảnh
2026

Liên lạc tác giả:
Bảo Giang
baogiang_xl@yahoo.com.au

Liên lạc Nhà xuất bản
Nhân Ảnh
E. mail: han. le3359@gmail. com
(408) 722-5626

www.ingramcontent.com/pod-product-compliance
Lightning Source LLC
LaVergne TN
LVHW090306210926
848480LV00001B/149
* 9 7 9 8 3 3 0 2 8 1 8 6 2 *